PINAKAMAHUSAY NA AKLAT NG PAGLULUTO NG MANTIKILYA KREMA

100 Nabulok Na Resipe para sa Hindi Mapaglabanan na Pagyelo at Pag-IIS

Adrian Guerrero

Copyright Material ©2024

Lahat ng Karapatan ay Nakalaan

Walang bahagi ng aklat na ito ang maaaring gamitin o ipadala sa anumang anyo o sa anumang paraan nang walang wastong nakasulat na pahintulot ng publisher at may-ari ng copyright, maliban sa mga maikling sipi na ginamit sa isang pagsusuri . Ang aklat na ito ay hindi dapat ituring na kapalit ng medikal, legal, o iba pang propesyonal na payo.

TALAAN NG MGA NILALAMAN

TALAAN NG NILALAMAN 3
PANIMULA 6
BUTTERCREAM 8
    1. Limoncello Frosting 9
    2. Biscoff Frosting 11
    3. Mocha Frosting 13
    4. Cappuccino Frosting 15
    5. Snicker Bar Frosting 17
    6. Prosecco Buttercream Frosting 19
    7. Dalgona Frosting 21
    8. Ferrero Rocher Frosting 23
    9. Mango Frosting 25
    10. Birthday Cake Cinnamon Frosting 27
    11. Toffee Frosting 29
    12. Caramel Frosting 31
    13. Chocolate Whipped Cream Frosting 33
    14. Prosecco Buttercream Frosting 35
    15. Fluffy Frosting 37
    16. Cadbury bars Frosting 39
    17. Pistachio frosting 41
    18. Pagpapalamig ng kape 43
    19. Birthday cake frosting 45
    20. Graham frosting 47
    21. Mint cheesecake frosting 49
    22. Hazelnut frosting 51
    23. Pie crumb frosting 53
    24. Pumpkin Seed Frosting 55
    25. Apple Fluff Frosting 57
    26. Lemon Butter Frosting 59
    27. Penuche Frosting 61
    28. Whipped Mocha Frosting 63
    29. Fudge Frosting 65
    30. Black Cake Frosting 67
    31. Coconut Cream Cheese Frosting 69
    32. Marmalade Cream Cheese Frosting 71
    33. Chocolate Cherry Frosting 73
    34. Royal Frosting 75
    35. Butterscotch Frosting 77
    36. Maple Buttercream Frosting 79
    37. Prune Butter Frosting 81
    38. Orange Cream Cheese Frosting 83
    39. Spiced Pecan Cake Frosting 85

40. Waldorf Red Velvet Frosting 87
41. Whipped Cream Frosting na may Raspberry Sauce 89
42. Espresso Cream Cheese Frosting 91
43. Lemon Poppy Seed Frosting 93
44. Caramel Cream Frosting 95
45. Mint Chocolate Chip Frosting 97
46. Honey Cream Frosting 99
47. Raspberry Buttercream Frosting 101
48. Pistachio Cream Cheese Frosting 103
49. Brown-Sugar Frosting 105
50. Coca-Cola Frosting 107
51. Guava Frosting 109
52. Sea Foam Frosting 111
53. Pink Puff Frosting 113
54. Inihaw na Peanut Butter Frosting 115
55. Hungarian Frosting 117
56. Maraschino Frosting 119
57. Butter Pecan Frosting 121
58. Frosted Jam Cake Icing 123
59. Silken Cocoa Frosting 125

GLAZING 127

60. Mint glaze 128
61. Strawberry Glaze 130
62. Coffee Glaze 132
63. Apple Cider Glaze 134
64. Apricot Glaze 136
65. Bourbon Glaze 138
66. Cream Cheese Glaze 140
67. Orange Glaze 142
68. Chocolate Buttercream Glaze 144
69. Lemon Glaze 146
70. Tangerine Glaze 148
71. Honey Glaze 150
72. Maple Glaze 152
73. Raspberry Glaze 154
74. Mango Glaze 156
75. Lavender Glaze 158
76. Peanut Butter Glaze 160
77. Caramel Glaze 162
78. Almond Glaze 164
79. Coconut Glaze 166
80. Pistachio Glaze 168
81. Matcha Green Tea Glaze 170
82. Raspberry Lemonade Glaze 172

GANACHE 174
- 83. Pumpkin ganache 175
- 84. Beet-lime ganache 177
- 85. Chocolate hazelnut ganache 180
- 86. Graham ganache 182
- 87. Dark Chocolate Ganache 184
- 88. Milk Chocolate Ganache 186
- 89. White Chocolate Ganache 188
- 90. Dark Chocolate Orange Ganache 190
- 91. Espresso Dark Chocolate Ganache 192
- 92. Salted Caramel Ganache 194
- 93. Raspberry White Chocolate Ganache 196
- 94. Mint Chocolate Ganache 198
- 95. Peanut Butter Chocolate Ganache 200
- 96. Coconut White Chocolate Ganache 202
- 97. Hazelnut Dark Chocolate Ganache 204
- 98. Almond Milk Chocolate Ganache 206
- 99. Coconut Milk Dark Chocolate Ganache 208
- 100. Caramelized White Chocolate Ganache 210

KONKLUSYON 212

PANIMULA

Maligayang pagdating sa "PINAKAMAHUSAY NA AKLAT NG PAGLULUTO NG MANTIKILYA KREMA: 100 Decadent Recipe for Irresistible Frostings and Icings." Ang buttercream, na may creamy texture at masarap na lasa, ay matagal nang minamahal na staple sa mundo ng baking. Magpaganda man ng cake ng kaarawan, pagpuno ng macaron, o paglalagay ng isang batch ng mga cupcake, pinapataas ng buttercream ang mga dessert sa mga bagong antas ng indulhensya. Sa komprehensibong cookbook na ito, iniimbitahan ka naming tuklasin ang walang katapusang mga posibilidad ng buttercream at ilabas ang iyong pagkamalikhain sa kusina.

Ang buttercream ay higit pa sa isang frosting; isa itong canvas para sa culinary artistry, na nag-aalok ng napakaraming kumbinasyon ng lasa, texture, at pandekorasyon na diskarte. Mula sa mga klasikong recipe tulad ng vanilla at tsokolate hanggang sa mga kakaibang lasa tulad ng matcha green tea at passionfruit, ipinapakita ng mga recipe sa cookbook na ito ang versatility ng buttercream at ang kakayahan nitong gawing obra maestra ang anumang dessert.

Baguhin ka mang panadero na naghahanap ng mga pangunahing kaalaman sa buttercream o isang bihasang pastry chef na naghahanap ng inspirasyon para sa mga bagong likha, ang "PINAKAMAHUSAY NA AKLAT NG PAGLULUTO NG MANTIKILYA KREMA" ay may para sa lahat. Sa mga detalyadong tagubilin, kapaki-pakinabang na tip, at nakamamanghang photography, gagabay sa iyo ang cookbook na ito sa proseso ng paglikha ng perpektong buttercream sa bawat oras.

Ngunit ang cookbook na ito ay higit pa sa isang koleksyon ng mga recipe; ito ay isang pagdiriwang ng sining ng pagluluto sa hurno at ang kagalakan ng indulhensya. Nagluluto ka man para sa isang espesyal na okasyon o simpleng pagpapasaya sa iyong sarili, mayroong isang bagay na lubos na kasiya-siya tungkol sa pagtatrabaho sa buttercream at paggawa ng mga dessert na nagpapasaya sa pakiramdam.

Kaya , kung naglalagay ka ng mga rosas sa isang wedding cake, naglalagay ng frosting sa mga sugar cookies, o naglalagay ng mga layer ng cake na may creamy filling, hayaan ang "PINAKAMAHUSAY NA AKLAT NG PAGLULUTO NG MANTIKILYA KREMA" na maging gabay mo sa paggawa ng hindi mapaglabanan na mga dessert na siguradong kahanga-hanga.

BUTTERCREAM

1.Limoncello Pagyeyelo

MGA INGREDIENTS:
- ½ tasang unsalted butter, pinalambot
- 4 na tasang may pulbos na asukal
- 2 kutsarang Limoncello liqueur
- 1 kutsarang sariwang lemon juice
- Dilaw na pangkulay ng pagkain (opsyonal)
- Lemon zest para sa dekorasyon

MGA TAGUBILIN:
a) Sa isang mangkok ng paghahalo , talunin ang pinalambot na mantikilya hanggang sa mag-atas.
b) Dahan-dahang idagdag ang powdered sugar , Limoncello liqueur,at lemon juice. Talunin hanggang makinis at malambot.
c) Kung ninanais , magdagdag ng ilang patak ng dilaw na pangkulay ng pagkain upang makakuha ng makulay na dilaw na kulay para sa frosting.

2.Biscoff Frosting

MGA INGREDIENTS:
- 1 tasang unsalted butter, pinalambot
- 1 tasang Biscoff spread
- 4 na tasang may pulbos na asukal
- ¼ tasa ng gatas
- 1 kutsarita vanilla extract

MGA TAGUBILIN:
a) Sa isang malaking mangkok ng paghahalo, talunin ang pinalambot na mantikilya at kumalat ang Biscoff hanggang makinis at mag-atas.
b) Dahan-dahang idagdag ang powdered sugar, gatas, at vanilla extract, paghahalo sa mababang bilis hanggang sa pagsamahin. Dagdagan ang bilis sa medium-high at talunin hanggang sa magaan at malambot.
c) Kung ang frosting ay masyadong makapal, magdagdag ng higit pang gatas, isang kutsara sa isang pagkakataon, hanggang sa maabot ang ninanais na pagkakapare-pareho.

3. Mocha Frosting

MGA INGREDIENTS:
- ¼ tasa unsalted butter, pinalambot
- 1½ tasang powdered sugar
- 1 kutsarang cocoa powder
- 1 kutsarang instant coffee granules
- 2-3 kutsarang gatas
- Chocolate sprinkles o cocoa powder, para sa dekorasyon (opsyonal)

MGA TAGUBILIN:
a) Sa isang mangkok ng paghahalo, talunin ang pinalambot na mantikilya hanggang sa mag-atas.
b) Dahan-dahang idagdag ang powdered sugar, cocoa pulbos, at instant coffee granules. Haluin hanggang sa maayos na pagsamahin.
c) Magdagdag ng gatas, isang kutsara sa isang pagkakataon, at ipagpatuloy ang paghampas hanggang ang frosting ay umabot sa isang makinis at nakakalat na pagkakapare-pareho.

4. Cappuccino Frosting

MGA INGREDIENTS:
- ½ tasang unsalted butter, pinalambot
- 2 tasang powdered sugar
- 1 kutsarang instant coffee granules
- 1 kutsarang mainit na tubig
- 1 kutsarita vanilla extract

MGA TAGUBILIN:
a) Talunin ang pinalambot na mantikilya hanggang sa mag-atas.
b) I-dissolve ang instant coffee granules sa mainit na tubig at idagdag ang mga ito sa butter mixture kasama ng powdered sugar at vanilla extract.
c) Talunin hanggang makinis at mag-atas.

5.Snicker Bar Frosting

MGA INGREDIENTS:
- ½ tasang unsalted butter, pinalambot
- ½ tasang creamy peanut butter
- 2 tasang powdered sugar
- 3 kutsarang gatas
- Mga tinadtad na Snickers bar, para sa topping

MGA TAGUBILIN:
a) Sa isang mangkok , paghaluin ang pinalambot na mantikilya at peanut butter hanggang sa makinis at mag-atas.
b) Dahan-dahang idagdag ang powdered sugar , halo-halong mabuti.
c) Magdagdag ng gatas , 1 kutsara sa isang pagkakataon, hanggang sa maabot ang ninanais na pagkakapare-pareho.
d) Ihalo ang tinadtad na Snickers bar.

6. Prosecco Buttercream Frosting

MGA INGREDIENTS:
- 1½ tasang unsalted butter, pinalambot
- 4 na tasang may pulbos na asukal
- ¼ tasa ng Prosecco (sparkling wine)
- 1 kutsarita vanilla extract

MGA TAGUBILIN:
a) Sa isang malaking mangkok ng paghahalo , talunin ang pinalambot na mantikilya hanggang sa mag-atas at makinis.
b) Dahan-dahang idagdag ang pulbos na asukal , isang tasa sa isang pagkakataon, matalo nang mabuti pagkatapos ng bawat karagdagan.
c) Haluin ang Prosecco at vanilla extract at patuloy na talunin hanggang sa maging magaan at malambot ang frosting.

7.Dalgona Frosting

MGA INGREDIENTS:
- 1½ tasa mabigat na cream, pinalamig
- ¼ tasa ng pulbos na asukal
- ¼ tasa ng kape ng Dalgona
- Cocoa powder (para sa pag-aalis ng alikabok, opsyonal)

MGA TAGUBILIN:
a) Talunin ang pinalamig na heavy cream at powdered sugar hanggang sa mabuo ang malambot na mga taluktok.
b) Idagdag ang Dalgona coffee at ipagpatuloy ang paghagupit hanggang sa mabuo ang stiff peaks.

8. Ferrero Rocher Frosting

MGA INGREDIENTS:
- 1½ tasang mabigat na cream
- ¼ tasa ng pulbos na asukal
- 1 kutsarita vanilla extract
- 12 Ferrero Rocher mga tsokolate, tinadtad

MGA TAGUBILIN:
a) Sa isang mangkok ng paghahalo , hagupitin ang mabigat na cream hanggang sa mabuo ang malambot na mga taluktok.
b) Idagdag ang powdered sugar at vanilla extract sa whipped cream at ipagpatuloy ang paghagupit hanggang sa mabuo ang stiff peak.
c) Dahan-dahang tiklupin ang tinadtad na mga tsokolate ng Ferrero Rocher .

9. Mango Frosting

MGA INGREDIENTS:
- 1 tasang hinog na mangga, binalatan at hiniwa
- ½ tasang unsalted butter, pinalambot
- 4 na tasang may pulbos na asukal
- Sarap ng 1 kalamansi
- Katas ng 1 kalamansi

MGA TAGUBILIN:
a) I-pure ang diced na mangga sa isang blender o food processor hanggang makinis.
b) Sa isang malaking mangkok ng paghahalo, talunin ang pinalambot na mantikilya hanggang sa mag-atas.
c) Dahan-dahang idagdag ang powdered sugar, kalamansi zest, at katas ng kalamansi, at ipagpatuloy ang paghampas hanggang sa liwanag at mahimulmol.
d) Idagdag ang mango puree sa pinaghalong mantikilya at talunin hanggang sa maayos.

10. Birthday Cake Cinnamon Frosting

MGA INGREDIENTS:
- 4 na tasang may pulbos na asukal
- ¼ tasa unsalted butter, pinalambot
- ¼ tasa ng gatas
- 1 kutsarita vanilla extract
- 1 kurot ng kanela
- nagwiwisik

MGA TAGUBILIN:
a) Sa isang mixing bowl , paghaluin ang powdered sugar, kanela, pinalambot mantikilya, gatas, at vanilla extract hanggang makinis at mag-atas.
b) Ihalo sa gthe sprinkles.

11. Toffee Frosting

MGA INGREDIENTS:
- 1½ tasang unsalted butter, pinalambot
- 4 na tasang may pulbos na asukal
- ¼ tasa ng toffee sauce (maaaring bilhin sa tindahan o gawang bahay)
- 1 kutsarita vanilla extract

MGA TAGUBILIN:
a) Sa isang malaking mangkok ng paghahalo, talunin ang pinalambot na mantikilya hanggang sa mag-atas at makinis.
b) Dahan-dahang idagdag ang powdered sugar, isang tasa sa isang pagkakataon, matalo nang mabuti pagkatapos ng bawat karagdagan.
c) Haluin ang toffee sauce at vanilla extract at patuloy na talunin hanggang sa maging magaan at malambot ang frosting.

12. Caramel Frosting

MGA INGREDIENTS:
- 1½ tasang unsalted butter, pinalambot
- 4 na tasang may pulbos na asukal
- ¼ cup caramel sauce (binili sa tindahan o gawang bahay)
- 1 kutsarita vanilla extract

MGA TAGUBILIN:
a) Sa isang malaking mangkok ng paghahalo, talunin ang pinalambot na mantikilya hanggang sa mag-atas at makinis.
b) Dahan-dahang idagdag ang powdered sugar, isang tasa sa isang pagkakataon, matalo nang mabuti pagkatapos ng bawat karagdagan.
c) Haluin ang caramel sauce at vanilla extract at patuloy na talunin hanggang sa maging magaan at malambot ang frosting.

13. Chocolate Whipped Cream Frosting

MGA INGREDIENTS:
- 2 tasa mabigat na cream, malamig
- ½ tasang may pulbos na asukal
- ¼ tasa ng unsweetened cocoa powder
- 1 kutsarita vanilla extract

MGA TAGUBILIN:

a) Sa isang pinalamig na mangkok ng paghahalo, talunin ang mabigat na cream, pulbos asukal, kakaw pulbos, at vanilla extract hanggang sa mabuo ang stiff peak.

b) Mag-ingat na huwag mag-overbeat, dahil maaari nitong gawing mantikilya ang cream.

14. Prosecco Buttercream Frosting

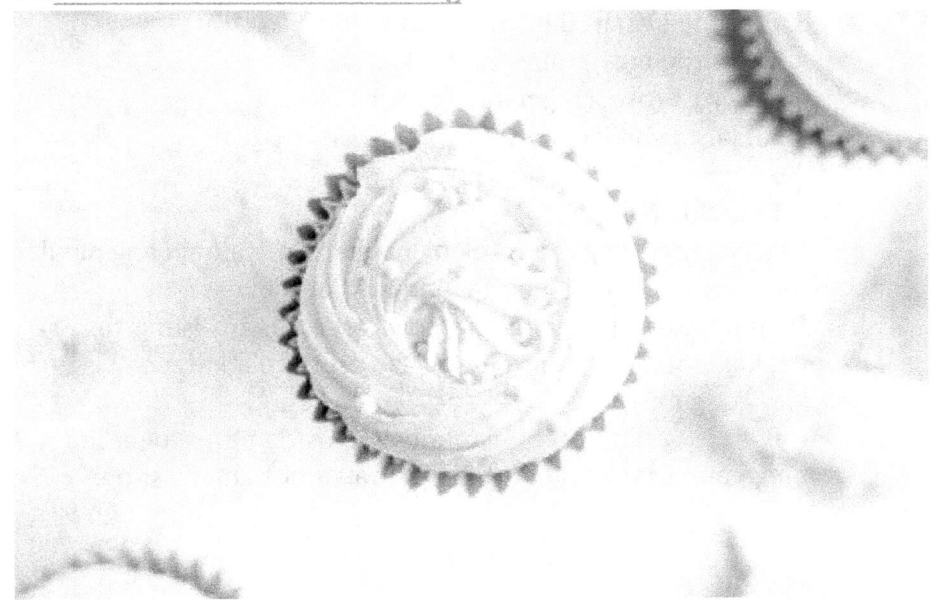

MGA INGREDIENTS:
- 1½ tasang unsalted butter, pinalambot
- 4 na tasang may pulbos na asukal
- ¼ tasa ng Prosecco (sparkling wine)
- 1 kutsarita vanilla extract

MGA TAGUBILIN:
a) Sa isang malaking mangkok ng paghahalo , talunin ang pinalambot na mantikilya hanggang sa mag-atas at makinis.
b) Dahan-dahang idagdag ang powdered sugar , isang tasa sa isang pagkakataon, matalo nang mabuti pagkatapos ng bawat karagdagan.
c) Haluin ang Prosecco at vanilla extract at patuloy na talunin hanggang sa maging magaan at malambot ang frosting.

15. Fluffy Frosting

MGA INGREDIENTS:
- ¾ tasa ng Asukal
- ¼ tasa corn syrup, magaan
- 2 kutsarang Tubig
- 2 puti ng itlog
- ¼ kutsarita ng Asin
- ¼ kutsarita Cream ng tartar
- 1 kutsarita Vanilla extract

MGA TAGUBILIN:

a) Pagsamahin sa ibabaw ng double boiler sugar , mais syrup, tubig, itlog puti, asin, at cream ng tartar. magluto sa mabilis na kumukulong tubig, paghaluin gamit ang electric mixer o rotary beater hanggang sa bumagsak ang timpla. Alisin sa init.

b) Magdagdag ng vanilla ; talunin hanggang ang frosting ay humawak ng malalim na pag-ikot.

16. Cadbury bars Frosting

MGA INGREDIENTS:
- 150g unsalted butter, pinalambot
- 300g icing sugar
- 1 tsp vanilla extract
- 2 kutsarang gatas
- 100g makinis na peanut butter
- Mini Cadbury bar, tinadtad

MGA TAGUBILIN:
a) Talunin ang pinalambot na mantikilya , icing asukal, vanilla katas, at gatas hanggang makinis at mag-atas.
b) Talunin sa makinis na peanut butter.
c) Idagdag ang mga mini Cadbury bar.

17. Pistachio frosting

MGA INGREDIENTS:
- 115 g mantikilya, sa temperatura ng silid[8 kutsara(1 stick)]
- 40 g ng asukal sa confectioner [¼ tasa]
- 230 g pistachio paste[¾ cup]
- 2 g kosher na asin[½ kutsarita]

MGA TAGUBILIN:

a) Pagsamahin ang mantikilya at asukal sa confectioner sa mangkok ng isang stand mixer na nilagyan ng paddle attachment at cream nang magkasama sa medium-high sa loob ng 2 hanggang 3 minuto , hanggang sa malambot at maputlang dilaw.

b) Idagdag ang pistachio paste at asin at haluin sa mababang bilis sa loob ng kalahating minuto, pagkatapos ay pataasin ang bilis sa medium-high at hayaan siyang mapunit sa loob ng 2 minuto . I-scrape ang mga gilid ng mangkok gamit ang isang spatula. Kung ang timpla ay hindi lahat ang parehong maputlang berdeng kulay, bigyan ito ng isa pang minuto sa mataas na bilis, at simutin muli.

c) Gamitin kaagad ang frosting , o itago ito sa isang lalagyan ng airtight sa refrigerator hanggang sa 1 linggo.

18. Pag-icing ng kape

MGA INGREDIENTS:
- 115 g mantikilya, sa temperatura ng silid[8 kutsara(1 stick)]
- 40 g ng asukal sa confectioner [¼ tasa]
- 55 g ng gatas[¼ tasa]
- 1.5 g instant coffee powder[¾ kutsarita]
- 1 g kosher na asin[¼ kutsarita]

MGA TAGUBILIN:

a) Pagsamahin ang mantikilya at asukal sa mga confectioner sa mangkok ng isang stand mixer na nilagyan ng paddle attachment at cream nang magkasama sa medium-high sa loob ng 2 hanggang 3 minuto , hanggang sa malambot at maputlang dilaw.

b) Samantala , gumawa ng mabilis na gatas ng kape: paghaluin ang gatas, instant kape, at asin sa isang maliit na mangkok.

c) Kuskusin ang mga gilid ng mangkok gamit ang isang spatula. Sa mababang bilis, unti-unting dumaloy sa gatas ng kape. Sa esensya ay pinipilit mong maging taba ang likido, kaya maging matiyaga. Ang pinaghalong mantikilya ay magkumpol at maghihiwalay kapag nadikit sa gatas ng kape.

d) Huwag mag-stream ng mas maraming gatas ng kape sa pinaghalong mantikilya hanggang sa ganap na maisama ang nakaraang karagdagan ; panatilihing naka-on ang mixer at manatiling matiyaga.

e) Ang magiging resulta ay isang mabangis na malambot na coffee frosting , maputlang kayumanggi at napakakinang . Gamitin kaagad.

19. Birthday cake frosting

MGA INGREDIENTS:
- 115 g mantikilya, sa temperatura ng silid[8 kutsara(1 stick)]
- 50 g vegetable shortening[¼ cup]
- 55 g cream cheese[2 onsa]
- 25 g glucose[1 kutsara]
- 18 g corn syrup[1 kutsara]
- 12 g malinaw na vanilla extract[1 kutsara]
- 200 g ng asukal sa confectioner [1¼ tasa]
- 2 g kosher na asin[½ kutsarita]
- 0.25 g baking powder[kurot]
- 0.25 g citric acid[kurot]

MGA TAGUBILIN:
a) Pagsamahin ang butter, shortening, at cream cheese sa bowl ng stand mixer na nilagyan ng paddle attachment at cream nang magkasama sa medium-high sa loob ng 2 hanggang 3 minuto, hanggang sa makinis at malambot ang timpla. I-scrape ang mga gilid ng bowl.

b) Sa pinakamababang bilis ng mixer, i-stream sa glucose, mais syrup, at banilya. I-crank ang mixer hanggang sa medium-high at talunin ng 2 hanggang 3 minuto, hanggang sa maging malasutla ang timpla at maging makintab na puti. I-scrape ang mga gilid ng bowl.

c) Idagdag ang asukal sa confectioners, asin, baking pulbos, at citric acid at ihalo sa mababang bilis para lang maisama ang mga ito sa batter.

d) I-crank ang bilis pabalik sa medium-high at talunin ng 2 hanggang 3 minuto, hanggang sa magkaroon ka ng matingkad na puti, maganda ang makinis na frosting.

e) Dapat itong magmukhang lumabas mula sa isang plastic tub sa grocery store ! Gamitin kaagad ang frosting, o itago ito sa isang lalagyan ng airtight sa refrigerator nang hanggang 1 linggo.

20. Graham frosting

MGA INGREDIENTS:
- ½ paghahatid ng Graham Crust
- 85 g ng gatas[⅓cup]
- 2 g kosher na asin[½ kutsarita]
- 85 g mantikilya, sa temperatura ng kuwarto[6 na kutsara]
- 15 g light brown sugar[1 kutsarang mahigpit na nakabalot]
- 10 g ng asukal sa confectioner [1 kutsara]
- 0.5 g ground cinnamon[½ kutsarita]
- 0.5 g kosher na asin[⅛kutsarita]

MGA TAGUBILIN:
a) Pagsamahin ang graham crust, gatas, at asin sa isang blender, i-on ang bilis sa medium- high, at katas hanggang makinis at homogenous.
b) Aabutin ito ng 1 hanggang 3 minuto (depende sa kagalingan ng iyong blender). Kung ang timpla ay hindi sumabit sa iyong blade ng blender, patayin ang blender, kumuha ng maliit na kutsarita, at kaskasin ang mga gilid ng canister, alalahaning kiskisan sa ilalim ng talim, pagkatapos ay subukang muli.
c) Pagsamahin ang mantikilya, asukal, kanela, at asin sa mangkok ng isang stand mixer na nilagyan ng paddle attachment, at cream na magkasama sa medium-high sa loob ng 2 hanggang 3 minuto, hanggang sa malambot at may batik-batik na dilaw. I- scrape ang mga gilid ng bowl gamit ang isang spatula.
d) Sa mababang bilis, magtampisaw sa mga nilalaman ng blender. Pagkaraan ng 1 minuto, i-crank ang bilis hanggang sa medium-high at hayaan siyang mapunit para sa isa pang 2 minuto.
e) Kuskusin ang mga gilid ng mangkok gamit ang isang spatula. Kung ang timpla ay hindi pare-parehong maputlang kayumanggi, bigyan ang mangkok ng isa pang scrape-down at ang frosting ng isa pang minuto ng high-speed paddling.
f) Gamitin kaagad ang frosting, o itago ito sa isang lalagyan ng airtight sa refrigerator hanggang sa 1 linggo.

21. Mint cheesecake frosting

MGA INGREDIENTS:
- 60 g puting tsokolate[2 onsa]
- 20 g grapeseed oil[2 tablespoons]
- 75 g cream cheese[2½ ounces]
- 20 g ng asukal sa confectioner [2 kutsara]
- 2 g peppermint extract[½ kutsarita]
- 1 g kosher na asin[¼ kutsarita]
- 2 patak ng berdeng pangkulay ng pagkain

MGA TAGUBILIN:

a) Pagsamahin ang puting tsokolate at langis at tunawin ang timpla sa mababang para sa 30 hanggang 50 segundo.

b) Pagsamahin ang cream cheese at confectioners'sugar sa bowl ng stand mixer na nilagyan ng paddle attachment at haluin sa medium-low speed sa loob ng 2 hanggang 3 minuto para timpla.

c) Sa mababang bilis , dahan-dahang i-stream sa pinaghalong puting tsokolate. Haluin ng 1 hanggang 2 minuto, hanggang sa ganap itong maisama sa cream cheese. I-scrape ang mga gilid ng mangkok.

d) Idagdag ang peppermint extract , asin, at food coloring at sagwan ang timpla sa loob ng 1 hanggang 2 minuto, o hanggang sa ito ay makinis at leprechaun green.

22. Hazelnut frosting

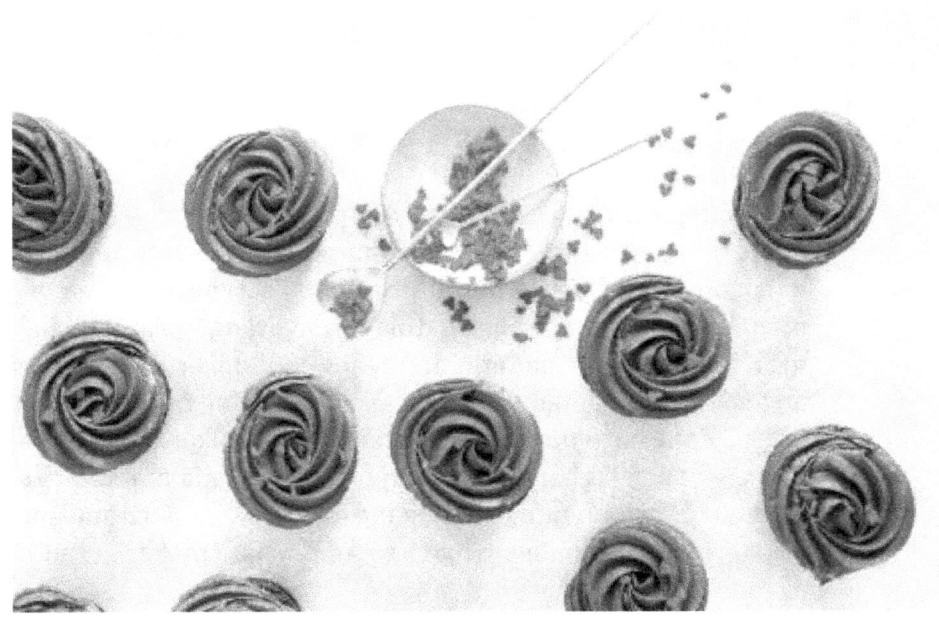

MGA INGREDIENTS:
- 25 g mantikilya, sa temperatura ng silid[2 kutsara]
- 65 g hazelnut paste[¼ tasa]
- 20 g ng asukal sa confectioner [2 kutsara]
- 0.5 g kosher na asin[⅛ kutsarita]

MGA TAGUBILIN:

a) Ilagay ang mantikilya sa mangkok ng isang stand mixer na nilagyan ng paddle attachment at magtampisaw sa katamtamang bilis hanggang sa ito ay ganap na makinis. I-scrape ang mga gilid ng mangkok gamit ang isang spatula. Ito ay isang maliit na halaga ng mga sangkap kaya gamitin ang iyong lola mixer ngayon o gawin ang gawain sa pamamagitan ng kamay sa isang medium bowl.

b) Idagdag ang hazelnut paste, confectioners'asukal, at asin at haluin sa mataas na bilis hanggang sa ang frosting ay malambot at walang mga bukol sa loob nito, 3 hanggang 4 na minuto . I-scrape ang mga gilid ng mangkok at haluin ng 15 segundo, para makasigurado lahat ay maganda at makinis.

c) Gamitin kaagad , o itabi sa isang lalagyan ng airtight sa refrigerator hanggang sa 1 buwan. Dalhin sa temperatura ng kuwarto bago gamitin.

23.Pie crumb frosting

MGA INGREDIENTS:
- ½ paghahatid ng Pie Crumb
- 110 g ng gatas[½ tasa]
- 2 g kosher na asin[½ kutsarita]
- 40 g mantikilya, sa temperatura ng silid[3 kutsara]
- 40 g ng asukal sa confectioner [¼ tasa]

MGA TAGUBILIN:
a) Pagsamahin ang mga mumo ng pie, gatas, at asin sa isang blender, gawing medium- high ang bilis, at katas hanggang makinis at homogenous . Aabutin ito ng 1 hanggang 3 minuto (depende sa kagalingan ng iyong blender).
b) Kung ang timpla ay hindi sumabit sa iyong blade ng blender , patayin ang blender, kumuha ng isang maliit na kutsarita, at kaskasin ang mga gilid ng canister, naaalalang kiskisan sa ilalim ng talim, pagkatapos ay subukang muli.
c) Pagsamahin ang mantikilya at asukal sa matamis sa mangkok ng isang stand mixer na nilagyan ng paddle attachment at cream nang magkasama sa medium-high sa loob ng 2 hanggang 3 minuto , hanggang sa malambot at maputlang dilaw. I-scrape ang mga gilid ng bowl gamit ang spatula.
d) Sa mababang bilis, magtampisaw sa mga nilalaman ng blender. Pagkaraan ng 1 minuto, i-crank ang bilis hanggang sa medium-high at hayaan siyang mapunit para sa isa pang 2 minuto.
e) Kuskusin ang mga gilid ng mangkok. Kung ang timpla ay hindi pare-pareho , napaka maputla, halos walang kulay na kulay, bigyan ang mangkok ng isa pang scrape-down at isa pang minuto ng high-speed paddling.
f) Gamitin kaagad ang frosting , o itago ito sa isang lalagyan ng airtight sa refrigerator hanggang sa 1 linggo.

24. Pumpkin Seed Frosting

MGA INGREDIENTS:
- ½ tasa palm shortening, sa temperatura ng kuwarto
- 2 kutsarang pulot
- ½ kutsarita vanilla extract
- Natunaw na tsokolate at buto ng kalabasa

MGA TAGUBILIN:
a) Talunin ang shortening , honey, at vanilla hanggang makinis.
b) Paghaluin ang tinunaw na tsokolate at buto ng kalabasa.

25. Apple Fluff Frosting

MGA INGREDIENTS:
- 1 tasa ng unsweetened applesauce
- 1 pakete(3.4 onsa) instant vanilla pudding mix
- 1 tasang mabigat na cream
- ¼ tasa ng pulbos na asukal
- 1 kutsarita vanilla extract

MGA TAGUBILIN:
a) Sa isang mixing bowl , pagsamahin ang applesauce at instant vanilla pudding mix. Haluing mabuti hanggang sa matunaw ang puding mix.
b) Sa isang hiwalay na mangkok , hagupitin ang mabigat na cream hanggang sa mabuo ang malambot na mga taluktok.
c) Dahan-dahang idagdag ang powdered sugar at vanilla extract sa whipped cream. Ipagpatuloy ang paghagupit hanggang sa mabuo ang stiff peaks.
d) Dahan-dahang tiklupin ang pinaghalong whipped cream sa pinaghalong sarsa ng mansanas hanggang sa maayos na pinagsama.
e) Gamitin ang apple fluff frosting sa mga frost cake o cupcake. Palamigin ang anumang natira.

26. Lemon Butter Frosting

MGA INGREDIENTS:
- 1 tasang unsalted butter, pinalambot
- 4 na tasang may pulbos na asukal
- 2 kutsarang sariwang kinatas na lemon juice
- 1 kutsarang lemon zest
- 1 kutsarita vanilla extract

MGA TAGUBILIN:
a) Sa isang mangkok ng paghahalo , i-cream ang pinalambot na mantikilya hanggang makinis.
b) Dahan-dahang idagdag ang may pulbos na asukal , humigit-kumulang 1 tasa sa isang pagkakataon, at haluing mabuti pagkatapos ng bawat karagdagan.
c) Idagdag ang lemon juice , lemon zest,at vanilla extract sa pinaghalong mantikilya. Haluin hanggang makinis at mag-atas.
d) Ayusin ang pagkakapare-pareho sa pamamagitan ng pagdaragdag ng mas maraming powdered sugar para sa stiffer frosting o higit pang lemon juice para sa thinner frosting.
e) Ikalat o i-pipe ang lemon butter frosting sa mga pinalamig na cake o cupcake.

27. Penuche Frosting

MGA INGREDIENTS:
- ½ tasang unsalted butter
- 1 tasang naka-pack na light brown sugar
- ¼ tasa ng gatas
- 2 tasang powdered sugar
- 1 kutsarita vanilla extract

MGA TAGUBILIN:

a) Sa isang kasirola , tunawin ang mantikilya sa katamtamang init. Ihalo ang brown sugar at gatas.

b) Dalhin ang timpla sa isang pigsa , pagpapakilos patuloy. Pakuluan ng 2 minuto.

c) Alisin ang kasirola mula sa apoy at hayaan itong lumamig ng mga 10 minuto.

d) Dahan-dahang haluin ang powdered sugar at vanilla extract hanggang makinis at mag-atas.

e) Ikalat ang penuche frosting sa mga pinalamig na cake o cupcake. Ang frosting ay magtatakda habang ito ay lumalamig.

28. Whipped Mocha Frosting

MGA INGREDIENTS:
- 1 tasang mabigat na cream
- 2 kutsarang asukal sa pulbos
- 1 kutsarang instant coffee granules
- 1 kutsarita vanilla extract
- Chocolate shavings o cocoa powder (opsyonal, para sa dekorasyon)

MGA TAGUBILIN:
a) Sa isang mangkok ng paghahalo , pagsamahin ang mabigat na cream, pulbos asukal, instant coffee granules, at vanilla extract.
b) Gamit ang electric mixer , talunin ang mixture sa medium-high speed hanggang sa mabuo ang soft peak.
c) Ipagpatuloy ang paghampas hanggang sa mabuo ang stiff peak at ang frosting ay malambot.
d) Pipe o ikalat ang whipped mocha frosting sa mga pinalamig na cake o cupcake.
e) Opsyonal : Palamutihan ng chocolate shavings o isang dusting ng cocoa powder.

29. Fudge Frosting

MGA INGREDIENTS:
- ½ tasang unsalted butter
- ¼ tasa ng unsweetened cocoa powder
- ¼ tasa ng gatas
- 3 tasang powdered sugar
- 1 kutsarita vanilla extract

MGA TAGUBILIN:

a) Sa isang kasirola , tunawin ang mantikilya sa katamtamang init. Ihalo ang cocoa powder at gatas.

b) Dalhin ang timpla sa isang pigsa , pagpapakilos patuloy. Pakuluan ng 1 minuto.

c) Alisin ang kasirola mula sa apoy at hayaang lumamig ng ilang minuto.

d) Dahan-dahang haluin ang powdered sugar at vanilla extract hanggang makinis at mag-atas.

e) Ikalat ang fudge frosting sa mga pinalamig na cake o cupcake. Ang frosting ay itatakda habang lumalamig ito.

30. Black Cake Frosting

MGA INGREDIENTS:
- 1 tasang unsalted butter, pinalambot
- 4 na tasang may pulbos na asukal
- ¼ tasa ng unsweetened cocoa powder
- ¼ tasa ng mabigat na cream
- 1 kutsarita vanilla extract

MGA TAGUBILIN:
a) Sa isang mangkok ng paghahalo, i-cream ang pinalambot na mantikilya hanggang makinis.
b) Dahan-dahang idagdag ang powdered sugar at cocoa powder, haluing mabuti pagkatapos ng bawat karagdagan.
c) Ibuhos ang mabigat na cream at vanilla extract. Talunin ang pinaghalong hanggang makinis at mag-atas.
d) Ikalat o i-pipe ang black cake frosting sa mga cooled cake o cupcake.

31. Coconut Cream Cheese Frosting

MGA INGREDIENTS:
- 8 oz cream cheese, pinalambot
- ½ tasang unsalted butter, pinalambot
- 4 na tasang may pulbos na asukal
- 1 kutsarita katas ng niyog
- 1 tasang ginutay-gutay na niyog (opsyonal, para sa dekorasyon)

MGA TAGUBILIN:
a) Sa isang mangkok ng paghahalo , talunin ang pinalambot na cream cheese at mantikilya hanggang sa mahusay na pinagsama at mag-atas.
b) Dahan-dahang idagdag ang powdered sugar , isang tasa sa isang pagkakataon, at ipagpatuloy ang paghampas hanggang makinis.
c) Haluin ang katas ng niyog at ihalo hanggang sa ganap na mabuo.
d) Ikalat ang coconut cream cheese frosting sa mga pinalamig na cake o cupcake.
e) Opsyonal : Palamutihan ng ginutay-gutay na niyog para sa karagdagang texture at lasa.

32. Marmalade Cream Cheese Frosting

MGA INGREDIENTS:
- 8 oz cream cheese, pinalambot
- ½ tasang unsalted butter, pinalambot
- 4 na tasang may pulbos na asukal
- ¼ tasa orange marmalade
- 1 kutsarita vanilla extract
- Orange zest (opsyonal, para sa dekorasyon)

MGA TAGUBILIN:
a) Sa isang mangkok ng paghahalo , talunin ang pinalambot na cream cheese at mantikilya hanggang sa makinis at malambot.
b) Dahan-dahang idagdag ang powdered sugar , isang tasa nang paisa-isa , at ipagpatuloy ang paghahalo hanggang sa maayos.
c) Paghaluin ang orange marmalade at vanilla extract , paghahalo hanggang sa ganap na maisama.
d) Ikalat o i-pipe ang marmalade cream cheese frosting sa mga pinalamig na cake o cupcake.
e) Opsyonal : Palamutihan ng orange zest para sa makulay na citrus touch.

33. Chocolate Cherry Frosting

MGA INGREDIENTS:
- 1 tasang unsalted butter, pinalambot
- 4 na tasang may pulbos na asukal
- ¼ tasa ng unsweetened cocoa powder
- ¼ tasa ng maraschino cherry juice
- 1 kutsarita vanilla extract
- Maraschino cherries (opsyonal, para sa dekorasyon)

MGA TAGUBILIN:
a) Sa isang mangkok ng paghahalo , i-cream ang pinalambot na mantikilya hanggang makinis.
b) Dahan-dahang idagdag ang powdered sugar at cocoa powder , haluing mabuti pagkatapos ng bawat karagdagan.
c) Ibuhos ang maraschino cherry juice at vanilla extract. Talunin hanggang makinis at mag-atas.
d) Ikalat o i-pipe ang chocolate cherry frosting sa mga pinalamig na cake o cupcake.
e) Opsyonal : Palamutihan ng maraschino cherries para sa dagdag na ugnayan ng lasa at dekorasyon ng cherry.

34. Royal Frosting

MGA INGREDIENTS:
- 3 malalaking puti ng itlog
- 4 na tasang may pulbos na asukal
- 1 kutsarita ng lemon juice
- Pangkulay ng pagkain (opsyonal)

MGA TAGUBILIN:
a) Sa isang mixing bowl, pagsamahin ang mga puti ng itlog at lemon juice. Talunin gamit ang electric mixer hanggang mabula.
b) Dahan-dahang idagdag ang powdered sugar, isang tasa nang paisa-isa, at ipagpatuloy ang paghampas hanggang sa maging makapal at makintab ang frosting.
c) Kung ninanais, magdagdag ng pangkulay ng pagkain at ihalo hanggang sa maging pantay ang kulay.
d) Gamitin ang royal frosting sa pipe ng mga dekorasyong disenyo o frost cookies at cake. Hayaang matuyo ang frosting at itakda bago ihain.

35. Butterscotch Frosting

MGA INGREDIENTS:
- 1 tasang unsalted butter, pinalambot
- 1 tasang naka-pack na light brown sugar
- 4 na tasang may pulbos na asukal
- ¼ tasa ng gatas
- 1 kutsarita vanilla extract

MGA TAGUBILIN:
a) Sa isang mangkok ng paghahalo , i-cream ang pinalambot na mantikilya at brown sugar hanggang sa makinis.
b) Dahan-dahang idagdag ang powdered sugar , isang tasa nang paisa-isa , at ipagpatuloy ang paghahalo hanggang sa maayos.
c) Ibuhos ang gatas at vanilla extract. Talunin hanggang makinis at mag-atas.
d) Ikalat o i-pipe ang butterscotch frosting sa mga pinalamig na cake o cupcake.

36.Maple Buttercream Frosting

MGA INGREDIENTS:
- 1 tasang unsalted butter, pinalambot
- 4 na tasang may pulbos na asukal
- ¼ tasa purong maple syrup
- 1 kutsarita vanilla extract

MGA TAGUBILIN:
a) Sa isang mangkok ng paghahalo , i-cream ang pinalambot na mantikilya hanggang makinis.
b) Dahan-dahang idagdag ang powdered sugar , isang tasa nang paisa-isa , at ipagpatuloy ang paghahalo hanggang sa maayos.
c) Ibuhos ang maple syrup at vanilla extract. Talunin hanggang makinis at mag-atas.
d) Ikalat o i-pipe ang maple buttercream frosting sa mga pinalamig na cake o cupcake.

37.Prune Butter Frosting

MGA INGREDIENTS:
- 1 tasang unsalted butter, pinalambot
- 4 na tasang may pulbos na asukal
- ¼ tasa prune butter (prune puree)
- 1 kutsarita vanilla extract

MGA TAGUBILIN:
a) Sa isang mangkok ng paghahalo , i-cream ang pinalambot na mantikilya hanggang makinis.
b) Dahan-dahang idagdag ang powdered sugar , isang tasa nang paisa-isa , at ipagpatuloy ang paghahalo hanggang sa maayos.
c) Haluin ang prune butter(prune puree) at vanilla extract. Haluin hanggang ganap na maisama.
d) Ikalat o i-pipe ang prune butter frosting sa mga pinalamig na cake o cupcake.

38. Orange Cream Cheese Frosting

MGA INGREDIENTS:
- 8 oz cream cheese, pinalambot
- ½ tasang unsalted butter, pinalambot
- 4 na tasang may pulbos na asukal
- 2 kutsarang sariwang piniga na orange juice
- 1 kutsarang orange zest
- 1 kutsarita vanilla extract

MGA TAGUBILIN:
a) Sa isang mangkok ng paghahalo, talunin ang pinalambot na cream cheese at mantikilya hanggang sa makinis at malambot.
b) Dahan-dahang idagdag ang powdered sugar, isang tasa nang paisa-isa, at ipagpatuloy ang paghahalo hanggang sa maayos.
c) Haluin ang orange juice, orange zest, at vanilla extract. Haluin hanggang sa ganap na maisama.
d) Ikalat o i-pipe ang orange cream cheese frosting sa mga pinalamig na cake o cupcake.

39. Spiced Pecan Cake Frosting

MGA INGREDIENTS:
- 1 tasang unsalted butter, pinalambot
- 4 na tasang may pulbos na asukal
- ¼ tasa ng buong gatas
- 1 kutsarita vanilla extract
- ½ kutsarita ng giniling na kanela
- ¼ kutsarita ng ground nutmeg
- ¼ kutsarita ng giniling na mga clove
- 1 tasang tinadtad na pecans, toasted (opsyonal, para sa dekorasyon)

MGA TAGUBILIN:

a) Sa isang mangkok ng paghahalo , i-cream ang pinalambot na mantikilya hanggang makinis.

b) Dahan-dahang idagdag ang powdered sugar , isang tasa nang paisa-isa , at ipagpatuloy ang paghahalo hanggang sa maayos.

c) Ibuhos ang gatas at vanilla extract. Talunin hanggang makinis at mag-atas.

d) Idagdag ang giniling na cinnamon , nutmeg, at cloves sa frosting. Haluin hanggang sa ganap na maisama.

e) Ikalat o i-pipe ang spiced pecan cake frosting sa mga pinalamig na cake o cupcake.

f) Opsyonal : Palamutihan ng toasted chopped pecans para sa karagdagang texture at lasa.

40. Waldorf Red Velvet Frosting

MGA INGREDIENTS:
- 1 ½ tasa unsalted butter, pinalambot
- 6 tasang may pulbos na asukal
- ¼ tasa ng buong gatas
- 1 kutsarita vanilla extract
- Pangkulay ng pulang pagkain

MGA TAGUBILIN:
a) Sa isang mangkok ng paghahalo, i-cream ang pinalambot na mantikilya hanggang makinis.
b) Dahan-dahang idagdag ang powdered sugar, isang tasa nang paisa-isa, at ipagpatuloy ang paghahalo hanggang sa maayos.
c) Ibuhos ang gatas at vanilla extract. Talunin hanggang makinis at mag-atas.
d) Magdagdag ng pangkulay ng pulang pagkain ng ilang patak nang paisa-isa hanggang sa makuha ang ninanais na lilim ng pula.
e) Ikalat o i-pipe ang Waldorf red velvet frosting sa mga pinalamig na cake o cupcake.

41. Whipped Cream Frosting na may Raspberry Sauce

MGA INGREDIENTS:
- 2 tasang mabigat na cream
- ¼ tasa ng pulbos na asukal
- 1 kutsarita vanilla extract
- Mga sariwang raspberry (para sa dekorasyon)

RASPBERRY SAUCE
- 1 tasang sariwang raspberry
- 2 kutsarang butil na asukal
- 1 kutsarita ng lemon juice

MGA TAGUBILIN:

a) Sa isang mangkok ng paghahalo , talunin ang mabigat na cream, pulbos asukal, at vanilla extract hanggang sa mabuo ang soft peak.

b) Ihanda ang sarsa ng raspberry sa pamamagitan ng paghahalo ng mga sariwang raspberry , granulated asukal, at lemon juice sa isang blender o food processor hanggang makinis. Salain upang alisin ang anumang buto.

c) Dahan-dahang tiklupin ang kalahati ng raspberry sauce sa whipped cream frosting hanggang sa maayos na pinagsama.

d) Ikalat o i-pipe ang whipped cream frosting sa mga pinalamig na cake o cupcake.

e) Ibuhos ang natitirang raspberry sauce sa ibabaw ng mga frosted cake o cupcake.

f) Palamutihan ng mga sariwang raspberry para sa isang eleganteng hawakan.

42. Espresso Cream Cheese Frosting

MGA INGREDIENTS:
- 8 oz cream cheese, pinalambot
- ½ tasang unsalted butter, pinalambot
- 4 na tasang may pulbos na asukal
- 1 kutsarang instant espresso powder
- 1 kutsarita vanilla extract

MGA TAGUBILIN:
a) Sa isang mangkok ng paghahalo, talunin ang pinalambot na cream cheese at mantikilya hanggang sa makinis at malambot.
b) Dahan-dahang idagdag ang powdered sugar, isang tasa nang paisa-isa, at ipagpatuloy ang paghahalo hanggang sa maayos.
c) I-dissolve ang instant espresso powder sa isang kutsarita ng mainit na tubig, pagkatapos ay idagdag ito sa frosting mixture.
d) Pukawin ang vanilla extract at ihalo hanggang sa ganap na maisama.
e) Ikalat o i-pipe ang espresso cream cheese frosting sa mga pinalamig na cake o cupcake.

43. Lemon Poppy Seed Frosting

MGA INGREDIENTS:
- 1 tasang unsalted butter, pinalambot
- 4 na tasang may pulbos na asukal
- 2 kutsarang sariwang kinatas na lemon juice
- 2 kutsarita ng lemon zest
- 1 kutsarang buto ng poppy

MGA TAGUBILIN:
a) Sa isang mangkok ng paghahalo , i-cream ang pinalambot na mantikilya hanggang makinis.
b) Dahan-dahang idagdag ang powdered sugar , isang tasa nang paisa-isa , at ipagpatuloy ang paghahalo hanggang sa maayos.
c) Ihalo ang lemon juice , lemon zest, at poppy seeds. Haluin hanggang sa ganap na maisama.
d) Ikalat o i-pipe ang lemon poppy seed frosting sa mga pinalamig na cake o cupcake.

44. Caramel Cream Frosting

MGA INGREDIENTS:
- 1 tasang unsalted butter, pinalambot
- 4 na tasang may pulbos na asukal
- ¼ tasa ng sarsa ng karamelo
- 1 kutsarita vanilla extract
- Kurot ng asin

MGA TAGUBILIN:
a) Sa isang mangkok ng paghahalo , i-cream ang pinalambot na mantikilya hanggang makinis.
b) Dahan-dahang idagdag ang powdered sugar , isang tasa nang paisa-isa , at ipagpatuloy ang paghahalo hanggang sa maayos.
c) Haluin ang caramel sauce , vanilla katas, at isang pakurot ng asin. Haluin hanggang sa ganap na maisama.
d) Ikalat o i-pipe ang caramel cream frosting sa mga pinalamig na cake o cupcake.

45. Mint Chocolate Chip Frosting

MGA INGREDIENTS:
- 1 tasang unsalted butter, pinalambot
- 4 na tasang may pulbos na asukal
- ¼ tasa ng gatas
- 1 kutsarita ng peppermint extract
- Pangkulay ng berdeng pagkain (opsyonal)
- ½ tasa ng mini chocolate chips

MGA TAGUBILIN:

a) Sa isang mangkok ng paghahalo, i-cream ang pinalambot na mantikilya hanggang makinis.
b) Dahan-dahang idagdag ang powdered sugar, isang tasa nang paisa-isa, at ipagpatuloy ang paghahalo hanggang sa maayos.
c) Ibuhos ang gatas at peppermint extract. Talunin hanggang makinis at mag-atas.
d) Kung ninanais, magdagdag ng berdeng pangkulay ng pagkain nang ilang patak nang paisa-isa hanggang sa makuha ang ninanais na lilim ng berde.
e) Haluin ang mini chocolate chips hanggang sa pantay-pantay.
f) Ikalat o i-pipe ang mint chocolate chip frosting sa mga pinalamig na cake o cupcake.

46. Honey Cream Frosting

MGA INGREDIENTS:
- 1 tasang unsalted butter, pinalambot
- 4 na tasang may pulbos na asukal
- ¼ tasang pulot
- 1 kutsarita vanilla extract

MGA TAGUBILIN:
a) Sa isang mangkok ng paghahalo , i-cream ang pinalambot na mantikilya hanggang makinis.
b) Dahan-dahang idagdag ang powdered sugar , isang tasa nang paisa-isa , at ipagpatuloy ang paghahalo hanggang sa maayos.
c) Haluin ang honey at vanilla extract. Haluin hanggang sa ganap na maisama.
d) Ikalat o i-pipe ang honey cream frosting sa mga pinalamig na cake o cupcake.

47. Raspberry Buttercream Frosting

MGA INGREDIENTS:
- 1 tasang unsalted butter, pinalambot
- 4 na tasang may pulbos na asukal
- ¼ tasa na walang binhing raspberry jam
- 1 kutsarita vanilla extract
- Mga sariwang raspberry (opsyonal, para sa dekorasyon)

MGA TAGUBILIN:
a) Sa isang mangkok ng paghahalo , i-cream ang pinalambot na mantikilya hanggang makinis.
b) Dahan-dahang idagdag ang powdered sugar , isang tasa nang paisa-isa , at ipagpatuloy ang paghahalo hanggang sa maayos.
c) Ihalo ang raspberry jam at vanilla extract. Haluin hanggang sa ganap na maisama.
d) Ikalat o i-pipe ang raspberry buttercream frosting sa mga pinalamig na cake o cupcake.
e) Opsyonal : Palamutihan ng mga sariwang raspberry para sa dekorasyon.

48. Pistachio Cream Cheese Frosting

MGA INGREDIENTS:
- 8 oz cream cheese, pinalambot
- ½ tasang unsalted butter, pinalambot
- 4 na tasang may pulbos na asukal
- ¼ tasa ng pinong tinadtad na pistachio
- 1 kutsarita vanilla extract

MGA TAGUBILIN:
a) Sa isang mangkok ng paghahalo, talunin ang pinalambot na cream cheese at mantikilya hanggang sa makinis at malambot.
b) Dahan-dahang idagdag ang powdered sugar, isang tasa nang paisa-isa, at ipagpatuloy ang paghahalo hanggang sa maayos.
c) Haluin ang tinadtad na pistachios at vanilla extract. Haluin hanggang sa ganap na maisama.
d) Ikalat o i-pipe ang pistachio cream cheese frosting sa mga pinalamig na cake o cupcake.

49. Brown-Sugar Frosting

MGA INGREDIENTS:
- ½ tasang unsalted butter
- 1 tasang naka-pack na light brown sugar
- ¼ tasa ng gatas
- 2 tasang powdered sugar
- 1 kutsarita vanilla extract

MGA TAGUBILIN:

a) Sa isang kasirola , tunawin ang mantikilya sa katamtamang init. Ihalo ang brown sugar at gatas.

b) Dalhin ang timpla sa isang pigsa , pagpapakilos patuloy. Pakuluan ng 2 minuto.

c) Alisin ang kasirola mula sa apoy at hayaan itong lumamig ng mga 10 minuto.

d) Dahan-dahang haluin ang powdered sugar at vanilla extract hanggang makinis at mag-atas.

e) Ikalat ang brown-sugar frosting sa mga pinalamig na cake o cupcake. Ang frosting ay magtatakda habang lumalamig ito.

50. Coca-Cola Frosting

MGA INGREDIENTS:
- ½ tasang unsalted butter
- ¼ tasa ng Coca-Cola
- 3 kutsarang unsweetened cocoa powder
- 4 na tasang may pulbos na asukal
- 1 kutsarita vanilla extract

MGA TAGUBILIN:
a) Sa isang kasirola , tunawin ang mantikilya sa katamtamang init. Ihalo ang Coca-Cola at cocoa powder.
b) Dalhin ang timpla sa isang pigsa , pagpapakilos patuloy. Pakuluan ng 1 minuto.
c) Alisin ang kasirola mula sa apoy at hayaang lumamig ng ilang minuto.
d) Dahan-dahang haluin ang powdered sugar at vanilla extract hanggang makinis at mag-atas.
e) Ikalat ang Coca-Cola frosting sa mga pinalamig na cake o cupcake.

51. Guava Frosting

MGA INGREDIENTS:
- ½ tasang unsalted butter, pinalambot
- 4 na tasang may pulbos na asukal
- ¼ tasa ng bayabas paste, natunaw at pinalamig
- 1 kutsarita vanilla extract

MGA TAGUBILIN:
a) Sa isang mangkok ng paghahalo , i-cream ang pinalambot na mantikilya hanggang makinis.
b) Dahan-dahang idagdag ang powdered sugar , isang tasa nang paisa-isa , at ipagpatuloy ang paghahalo hanggang sa maayos.
c) Haluin ang natunaw at pinalamig na guava paste at vanilla extract. Haluin hanggang sa ganap na maisama.
d) Ikalat o i-pipe ang guava frosting sa mga pinalamig na cake o cupcake.

52. Sea Foam Frosting

MGA INGREDIENTS:
- 2 malaking puti ng itlog
- 1 ½ tasa ng butil na asukal
- 1/3 tasa ng tubig
- ¼ kutsarita cream ng tartar
- 1 kutsarita vanilla extract

MGA TAGUBILIN:
a) Sa isang mangkok na hindi tinatablan ng init, pagsamahin ang mga puti ng itlog, asukal, tubig, at cream ng tartar.
b) Ilagay ang mangkok sa ibabaw ng isang kasirola na may kumukulong tubig, tiyaking ang ilalim ng mangkok ay hindi makakadikit sa tubig.
c) Gamit ang electric mixer, talunin ang timpla sa katamtamang bilis sa loob ng mga 7-8 minuto o hanggang sa mabuo ang stiff peak.
d) Alisin ang mangkok mula sa apoy at ipagpatuloy ang paghampas para sa isa pang 1-2 minuto.
e) Haluin ang vanilla extract hanggang sa mahusay na pinagsama.
f) Gamitin ang sea foam frosting sa mga frost cake o cupcake. Ito ay magkakaroon ng magaan at malambot na texture.

53. Pink Puff Frosting

MGA INGREDIENTS:
- 1 tasa ng butil na asukal
- ¼ tasa ng tubig
- 2 malaking puti ng itlog
- ¼ kutsarita cream ng tartar
- 1 kutsarita vanilla extract
- Pink na pangkulay ng pagkain (opsyonal)

MGA TAGUBILIN:
a) Sa isang kasirola, pagsamahin ang asukal at tubig. Painitin sa katamtamang apoy, haluin hanggang matunaw ang asukal.
b) Sa isang mangkok ng paghahalo, talunin ang mga puti ng itlog at cream ng tartar hanggang sa mabuo ang malambot na mga taluktok.
c) Dahan-dahang ibuhos ang mainit na sugar syrup sa mga puti ng itlog habang patuloy na pumutok sa medium-high speed.
d) Talunin ng mga 5-7 minuto o hanggang sa mabuo ang stiff peak at ang frosting ay maging makintab.
e) Ihalo ang vanilla extract. Kung ninanais, magdagdag ng ilang patak ng kulay rosas na pangkulay ng pagkain at ihalo hanggang sa pantay na kulay.
f) Gamitin ang pink puff frosting sa mga frost cake o cupcake. Ito ay magkakaroon ng magaan at mahangin na texture.

54. Inihaw na Peanut Butter Frosting

MGA INGREDIENTS:
- ½ tasang unsalted butter, pinalambot
- 1 tasang creamy peanut butter
- 2 tasang powdered sugar
- ¼ tasa ng gatas
- 1 kutsarita vanilla extract

MGA TAGUBILIN:
a) Sa isang mixing bowl, i-cream ang pinalambot na butter at peanut butter hanggang makinis.
b) Dahan-dahang idagdag ang powdered sugar, isang tasa nang paisa-isa, at ipagpatuloy ang paghahalo hanggang sa maayos.
c) Ibuhos ang gatas at vanilla extract. Talunin hanggang makinis at mag-atas.
d) Painitin muna ang broiler sa iyong oven.
e) Ikalat ang peanut butter frosting sa mga pinalamig na cake o cupcake.
f) Ilagay ang mga frosted cake o cupcake sa isang baking sheet at ilagay sa ilalim ng broiler sa loob ng 1-2 minuto o hanggang sa ang frosting ay magsimulang bahagyang kayumanggi.
g) Alisin sa oven at hayaang lumamig bago ihain.

55. Hungarian Frosting

MGA INGREDIENTS:
- 1 tasang unsalted butter, pinalambot
- 4 na tasang may pulbos na asukal
- ¼ tasa ng pulbos ng kakaw
- ¼ tasa ng matapang na timplang kape, pinalamig
- 1 kutsarita vanilla extract
- Kurot ng asin

MGA TAGUBILIN:
a) Sa isang mangkok ng paghahalo, i-cream ang pinalambot na mantikilya hanggang makinis.
b) Dahan-dahang idagdag ang powdered sugar at cocoa powder, haluing mabuti pagkatapos ng bawat karagdagan.
c) Ibuhos ang pinalamig na kape at vanilla extract. Magdagdag ng isang pakurot ng asin para sa lasa.
d) Talunin ang pinaghalong hanggang makinis at mag-atas.
e) Ikalat o i-pipe ang Hungarian frosting sa mga pinalamig na cake o cupcake.

56. Maraschino Frosting

MGA INGREDIENTS:
- ½ tasang unsalted butter, pinalambot
- 4 na tasang may pulbos na asukal
- ¼ tasa ng maraschino cherry juice
- 1 kutsarita almond extract
- Maraschino cherries (opsyonal, para sa dekorasyon)

MGA TAGUBILIN:
a) Sa isang mangkok ng paghahalo , i-cream ang pinalambot na mantikilya hanggang makinis.
b) Dahan-dahang idagdag ang powdered sugar , isang tasa nang paisa-isa , at ipagpatuloy ang paghahalo hanggang sa maayos.
c) Haluin ang maraschino cherry juice at almond extract. Haluin hanggang sa ganap na maisama.
d) Ikalat o i-pipe ang maraschino frosting sa mga pinalamig na cake o cupcake.
e) Opsyonal : Palamutihan ng maraschino cherries para sa dekorasyon.

57. Butter Pecan Frosting

MGA INGREDIENTS:
- ½ tasang unsalted butter, pinalambot
- ½ tasa tinadtad na pecans, toasted
- 4 na tasang may pulbos na asukal
- ¼ tasa ng gatas
- 1 kutsarita vanilla extract

MGA TAGUBILIN:
a) Sa isang kawali, i-toast ang tinadtad na pecan sa katamtamang init hanggang mabango. Itabi upang lumamig.
b) Sa isang mangkok ng paghahalo, i-cream ang pinalambot na mantikilya hanggang makinis.
c) Dahan-dahang idagdag ang powdered sugar, isang tasa nang paisa-isa, at ipagpatuloy ang paghahalo hanggang sa maayos.
d) Ibuhos ang gatas at vanilla extract. Talunin hanggang makinis at mag-atas.
e) Haluin ang toasted pecans hanggang sa pantay-pantay.
f) Ikalat o i-pipe ang butter pecan frosting sa mga pinalamig na cake o cupcake.

58. Frosted Jam Cake Icing

MGA INGREDIENTS:
- ½ tasang unsalted butter, pinalambot
- 4 na tasang may pulbos na asukal
- ¼ tasa ng buong gatas
- ¼ tasa ng raspberry o strawberry jam
- 1 kutsarita vanilla extract

MGA TAGUBILIN:
a) Sa isang mangkok ng paghahalo, i-cream ang pinalambot na mantikilya hanggang makinis.
b) Dahan-dahang idagdag ang powdered sugar, isang tasa nang paisa-isa, at ipagpatuloy ang paghahalo hanggang sa maayos.
c) Ibuhos ang gatas at vanilla extract. Talunin hanggang makinis at mag-atas.
d) Idagdag ang jam at ihalo hanggang sa ganap na maisama.
e) Ikalat o i-pipe ang frosted jam cake icing sa mga pinalamig na cake o cupcake.

59. Silken Cocoa Frosting

MGA INGREDIENTS:
- 1 tasang unsalted butter, pinalambot
- 2 tasang powdered sugar
- ¼ tasa ng unsweetened cocoa powder
- ¼ tasa ng mabigat na cream
- 1 kutsarita vanilla extract

MGA TAGUBILIN:

a) Sa isang mangkok ng paghahalo , i-cream ang pinalambot na mantikilya hanggang makinis.
b) Dahan-dahang idagdag ang powdered sugar at cocoa powder , haluing mabuti pagkatapos ng bawat karagdagan.
c) Ibuhos ang mabigat na cream at vanilla extract. Talunin hanggang makinis at mag-atas.
d) Ikalat o i-pipe ang silken cocoa frosting sa mga pinalamig na cake o cupcake.

kumikinang

60. Mint glaze

MGA INGREDIENTS:
- 30 g puting tsokolate[1 onsa]
- 6 g grapeseed oil[2 kutsarita]
- 0.5 g peppermint extract [kaunti⅛kutsarita]
- 1 patak ng berdeng pangkulay ng pagkain

MGA TAGUBILIN:

a) Pagsamahin ang puting tsokolate at mantika sa isang microwave-safe dish at tunawin ang tsokolate nang mababa sa loob ng 20 hanggang 30 segundo.

b) Gumamit ng isang hindi tinatablan ng init na spatula upang pukawin ang mantika at tsokolate nang magkasama , gumagana hanggang sa ang timpla ay makintab at makinis.

c) Ihalo ang peppermint extract at food coloring.

61. Strawberry Glaze

MGA INGREDIENTS:
- 1 tasang sariwang strawberry, hinugot at tinadtad
- 1 tasang may pulbos na asukal
- 1 kutsarang lemon juice

MGA TAGUBILIN:
a) Sa isang blender o food processor, i-pure ang mga strawberry hanggang makinis.
b) Sa isang medium na mangkok, paghaluin ang powdered sugar at lemon juice.
c) Idagdag ang strawberry puree sa pinaghalong asukal na may pulbos at haluin hanggang sa mahusay na pinagsama.
d) Ibuhos ang glaze sa ibabaw ng iyong dessert at hayaan itong mag-set bago ihain.

62.Coffee Glaze

MGA INGREDIENTS:
- 1 tasang may pulbos na asukal
- 2 kutsarang tinimplang kape
- ½ kutsarita vanilla extract

MGA TAGUBILIN:
a) Sa isang maliit na mangkok , haluin ang powdered sugar, brewed kape, at vanilla extract hanggang makinis.
b) Ayusin ang pagkakapare-pareho sa pamamagitan ng pagdaragdag ng higit pang pulbos na asukal kung kinakailangan.
c) Ibuhos ang glaze ng kape sa iyong dessert at hayaang itakda ito bago ihain.

63. Apple Cider Glaze

MGA INGREDIENTS:
- 1 tasang may pulbos na asukal
- 2 kutsarang apple cider
- ½ kutsarita ng giniling na kanela

MGA TAGUBILIN:
a) Sa isang mixing bowl , pagsamahin ang powdered sugar, mansanas cider, at giniling na kanela.
b) Haluin hanggang makinis at maayos na pinagsama.
c) Ibuhos ang apple cider glaze sa iyong dessert at hayaang matuyo ito bago ihain.

64. Apricot Glaze

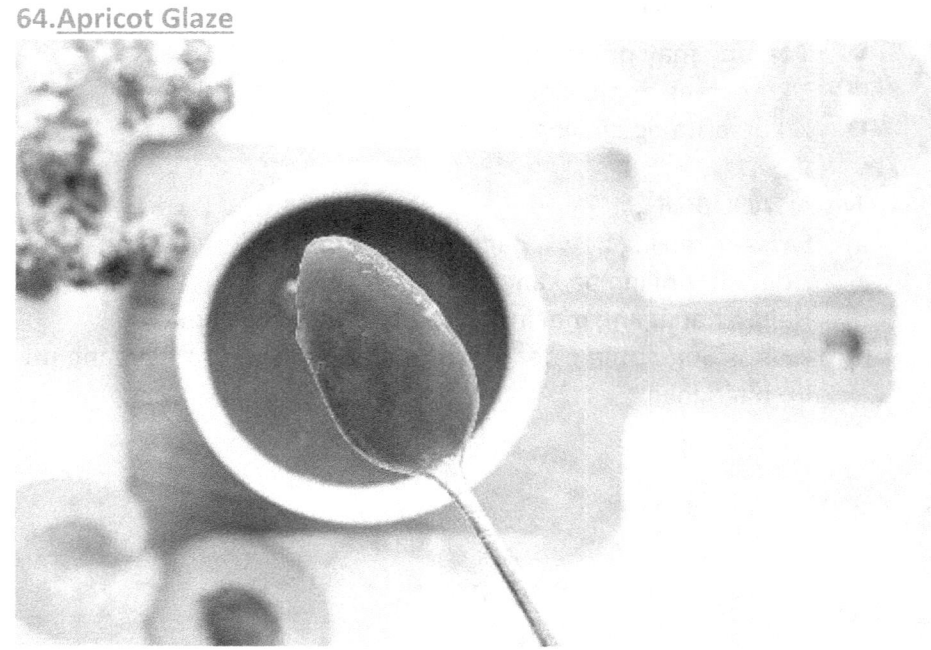

MGA INGREDIENTS:
- ½ tasang apricot pinapanatili
- 1 kutsarang tubig

MGA TAGUBILIN:
a) Sa isang maliit na kasirola , painitin ang mga pinapanatili ng aprikot at tubig sa mahinang apoy.
b) Haluin hanggang matunaw ang mga preserve at maging makinis ang timpla.
c) Alisin mula sa init at hayaan itong lumamig nang bahagya.
d) I-brush o kutsara ang apricot glaze sa iyong dessert habang mainit pa ito .

65. Bourbon Glaze

MGA INGREDIENTS:
- 1 tasang may pulbos na asukal
- 2 kutsarang bourbon
- 1 kutsarang unsalted butter, natunaw

MGA TAGUBILIN:
a) Sa isang mixing bowl , haluin ang powdered sugar, bourbon, at tinunaw na mantikilya hanggang makinis.
b) Ayusin ang pagkakapare-pareho sa pamamagitan ng pagdaragdag ng higit pang pulbos na asukal kung kinakailangan.
c) Ibuhos ang bourbon glaze sa iyong dessert at hayaan itong mag-set bago ihain.

66. Cream Cheese Glaze

MGA INGREDIENTS:
- 4 ounces cream cheese, pinalambot
- 1 tasang may pulbos na asukal
- 1 kutsarita vanilla extract
- 2-3 kutsarang gatas

MGA TAGUBILIN:
a) Sa isang mixing bowl , talunin ang cream cheese hanggang makinis.
b) Magdagdag ng powdered sugar at vanilla extract , at ipagpatuloy ang paghampas hanggang sa maayos na pinagsama.
c) Dahan-dahang magdagdag ng gatas , isang kutsara sa isang pagkakataon, hanggang sa maabot ang ninanais na pagkakapare-pareho.
d) Ibuhos ang cream cheese glaze sa iyong dessert at hayaang itakda ito bago ihain.

67.Orange Glaze

MGA INGREDIENTS:
- 1 tasang may pulbos na asukal
- 2 kutsarang sariwang piniga na orange juice
- 1 kutsarita ng orange zest

MGA TAGUBILIN:

a) Sa isang maliit na mangkok , haluin ang powdered sugar, orange juice, at orange zest hanggang makinis.

b) Ayusin ang pagkakapare-pareho sa pamamagitan ng pagdaragdag ng mas maraming powdered sugar o orange juice kung kinakailangan.

c) Ibuhos ang orange glaze sa ibabaw ng iyong dessert at hayaang matuyo ito bago ihain.

68. Chocolate Buttercream Glaze

MGA INGREDIENTS:
- 1 tasang unsalted butter, pinalambot
- 2 tasang powdered sugar
- ½ tasa ng pulbos ng kakaw
- 2-3 kutsarang gatas
- 1 kutsarita vanilla extract

MGA TAGUBILIN:
a) Sa isang mixing bowl , i-cream ang butter hanggang makinis.
b) Dahan-dahang magdagdag ng powdered sugar at cocoa powder , at talunin hanggang sa maayos na pagsamahin.
c) Magdagdag ng gatas , isang kutsara sa isang pagkakataon, hanggang sa makamit ang ninanais na pagkakapare-pareho.
d) Ihalo sa vanilla extract.
e) Ikalat o i-pipe ang chocolate buttercream sa iyong dessert.

69. Lemon Glaze

MGA INGREDIENTS:
- 1 tasang may pulbos na asukal
- 2 kutsarang sariwang kinatas na lemon juice
- 1 kutsarita ng lemon zest

MGA TAGUBILIN:
a) Sa isang maliit na mangkok, haluin ang powdered sugar, lemon juice, at lemon zest hanggang makinis.
b) Ayusin ang pagkakapare-pareho sa pamamagitan ng pagdaragdag ng mas maraming powdered sugar o lemon juice kung kinakailangan.
c) Ibuhos ang lemon glaze sa ibabaw ng iyong dessert at hayaang matuyo ito bago ihain.

70. Tangerine Glaze

MGA INGREDIENTS:
- 1 tasang may pulbos na asukal
- 2 kutsarang sariwang piniga na katas ng tangerine
- 1 kutsarita ng tangerine zest

MGA TAGUBILIN:
a) Sa isang maliit na mangkok , haluin ang powdered sugar, tangerine juice, at tangerine zest hanggang makinis.
b) Ayusin ang pagkakapare-pareho sa pamamagitan ng pagdaragdag ng mas maraming powdered sugar o tangerine juice kung kinakailangan.
c) Ibuhos ang tangerine glaze sa iyong dessert at hayaang itakda ito bago ihain.

71. Honey Glaze

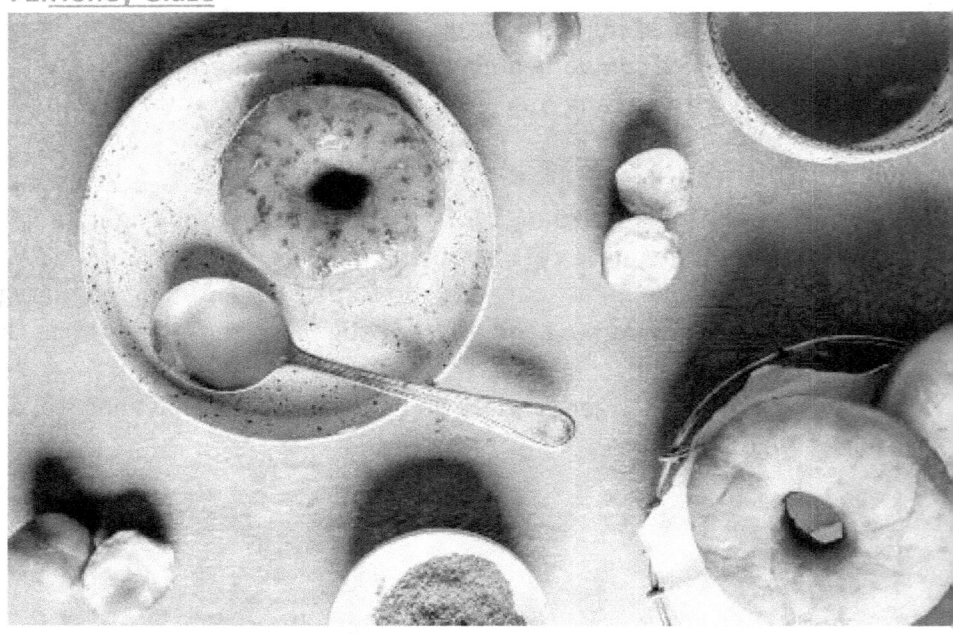

MGA INGREDIENTS:
- ½ tasang pulot
- 1 kutsarang lemon juice

MGA TAGUBILIN:
a) Sa isang maliit na kasirola , painitin ang honey at lemon juice sa mahinang apoy.
b) Haluin hanggang sa maayos na pinagsama at pinainit.
c) Ibuhos ang honey glaze sa iyong dessert habang mainit pa ito .

72. Maple Glaze

MGA INGREDIENTS:
- 1 tasang may pulbos na asukal
- 2 kutsarang purong maple syrup
- 1 kutsarang gatas

MGA TAGUBILIN:

a) Sa isang mixing bowl , haluin ang powdered sugar, maple syrup, at gatas hanggang makinis.
b) Ayusin ang pagkakapare-pareho sa pamamagitan ng pagdaragdag ng higit pang pulbos na asukal o gatas kung kinakailangan.
c) Ibuhos ang maple glaze sa iyong dessert at hayaan itong mag-set bago ihain.

73. Raspberry Glaze

MGA INGREDIENTS:
- 1 tasang may pulbos na asukal
- 2 kutsarang raspberry puree (strained)
- 1 kutsarita ng lemon juice

MGA TAGUBILIN:

a) Sa isang maliit na mangkok , haluin ang powdered sugar, raspberry katas, at lemon juice hanggang makinis.

b) Ayusin ang pagkakapare-pareho sa pamamagitan ng pagdaragdag ng mas maraming powdered sugar o raspberry puree kung kinakailangan.

c) Ibuhos ang raspberry glaze sa iyong dessert at hayaang itakda ito bago ihain.

74. Mango Glaze

MGA INGREDIENTS:
- 1 tasang may pulbos na asukal
- 2 kutsarang mango puree (strained)
- 1 kutsarang katas ng kalamansi

MGA TAGUBILIN:
a) Sa isang maliit na mangkok , haluin ang powdered sugar, mangga katas, at katas ng kalamansi hanggang makinis.
b) Ayusin ang pagkakapare-pareho sa pamamagitan ng pagdaragdag ng mas maraming powdered sugar o mangga puree kung kinakailangan.
c) Ibuhos ang mango glaze sa iyong dessert at hayaang matuyo ito bago ihain.

75. Lavender Glaze

MGA INGREDIENTS:
- 1 tasang may pulbos na asukal
- 2 kutsarang gatas
- ½ kutsarita pinatuyong lavender buds (culinary grade)
- Lila na kulay ng pagkain (opsyonal)

MGA TAGUBILIN:
a) Sa isang maliit na kasirola , painitin ang gatas at pinatuyong lavender buds sa mahinang apoy hanggang mainit.
b) Alisin mula sa init at hayaan itong matarik ng mga 10 minuto.
c) Salain ang gatas upang maalis ang mga putot ng lavender.
d) Sa isang mixing bowl , haluin ang powdered sugar at infused milk hanggang makinis.
e) Ayusin ang pagkakapare-pareho sa pamamagitan ng pagdaragdag ng higit pang pulbos na asukal o gatas kung kinakailangan.
f) Ibuhos ang lavender glaze sa iyong dessert at hayaang itakda ito bago ihain.

76.Peanut Butter Glaze

MGA INGREDIENTS:
- ½ tasang may pulbos na asukal
- 2 kutsarang creamy peanut butter
- 2-3 kutsarang gatas

MGA TAGUBILIN:
a) Sa isang mixing bowl , haluin ang powdered sugar at creamy peanut butter hanggang sa maayos na pagsamahin.
b) Dahan-dahang magdagdag ng gatas , isang kutsara sa isang pagkakataon, hanggang sa makamit ang ninanais na pagkakapare-pareho.
c) Ibuhos ang peanut butter glaze sa iyong dessert at hayaang matuyo ito bago ihain.

77.Karamel Glaze

MGA INGREDIENTS:
- 1 tasa ng butil na asukal
- ¼ tasa ng tubig
- ½ tasang mabigat na cream
- 2 kutsarang unsalted butter
- ½ kutsarita vanilla extract

MGA TAGUBILIN:
a) Sa isang medium saucepan , pagsamahin ang granulated sugar at tubig.
b) Magluto sa katamtamang init , pagpapakilos patuloy, hanggang sa matunaw ang asukal at maging kulay amber.
c) Alisin ang kasirola mula sa init at maingat na idagdag ang mabibigat na cream , mantikilya, at vanilla extract. Mag-ingat dahil maaaring bumula ang timpla.
d) Haluin hanggang ang karamelo ay makinis at maayos na pinagsama.
e) Hayaang lumamig nang bahagya ang caramel glaze bago ibuhos ito sa iyong dessert.

78. Almond Glaze

MGA INGREDIENTS:
- 1 tasang may pulbos na asukal
- 2 kutsarang gatas
- ½ kutsarita almond extract
- Mga hiniwang almendras (opsyonal, para sa dekorasyon)

MGA TAGUBILIN:

a) Sa isang mixing bowl , haluin ang powdered sugar, gatas, at almond extract hanggang makinis.
b) Ayusin ang pagkakapare-pareho sa pamamagitan ng pagdaragdag ng higit pang pulbos na asukal o gatas kung kinakailangan.
c) Ibuhos ang almond glaze sa iyong dessert at budburan ng hiniwang almond , kung ninanais.
d) Hayaang matuyo ang glaze bago ihain.

79. Coconut Glaze

MGA INGREDIENTS:
- 1 tasang may pulbos na asukal
- 2 kutsarang gata ng niyog
- ¼ kutsarita ng katas ng niyog
- Tinadtad na niyog (opsyonal, para sa dekorasyon)

MGA TAGUBILIN:
a) Sa isang maliit na mangkok , haluin ang powdered sugar, niyog gatas, at katas ng niyog hanggang makinis.
b) Ayusin ang pagkakapare-pareho sa pamamagitan ng pagdaragdag ng mas maraming powdered sugar o gata ng niyog kung kinakailangan.
c) Ibuhos ang coconut glaze sa iyong dessert at budburan ng ginutay-gutay na niyog , kung ninanais.
d) Hayaang itakda ang glaze bago ihain.

80. Pistachio Glaze

MGA INGREDIENTS:
- 1 tasang may pulbos na asukal
- 2 kutsarang gatas
- ¼ kutsarita ng almond extract
- ¼ tasa ng pinong tinadtad na pistachios

MGA TAGUBILIN:
a) Sa isang mixing bowl , haluin ang powdered sugar, gatas, at almond extract hanggang makinis.
b) Ayusin ang pagkakapare-pareho sa pamamagitan ng pagdaragdag ng higit pang pulbos na asukal o gatas kung kinakailangan.
c) Haluin ang tinadtad na pistachios.
d) Ibuhos ang pistachio glaze sa iyong dessert at hayaang itakda ito bago ihain.

81. Matcha Green Tea Glaze

MGA INGREDIENTS:
- 1 tasang may pulbos na asukal
- 2 kutsarang gatas
- 1 kutsarita ng matcha green tea powder

MGA TAGUBILIN:
a) Sa isang maliit na mangkok , haluin ang powdered sugar, gatas, at matcha green tea powder hanggang makinis.
b) Ayusin ang pagkakapare-pareho sa pamamagitan ng pagdaragdag ng higit pang pulbos na asukal o gatas kung kinakailangan.
c) Ibuhos ang matcha green tea glaze sa iyong dessert at hayaang matuyo ito bago ihain.

82. Raspberry Lemonade Glaze

MGA INGREDIENTS:
- 1 tasang may pulbos na asukal
- 2 kutsarang raspberry puree (strained)
- 1 kutsarang sariwang kinatas na lemon juice
- Lemon zest (opsyonal, para sa dekorasyon)

MGA TAGUBILIN:
a) Sa isang maliit na mangkok , haluin ang powdered sugar, raspberry katas, at lemon juice hanggang makinis.
b) Ayusin ang pagkakapare-pareho sa pamamagitan ng pagdaragdag ng mas maraming powdered sugar o raspberry puree kung kinakailangan.
c) Ibuhos ang raspberry lemonade glaze sa iyong dessert at budburan ng lemon zest , kung gusto.
d) Hayaang matuyo ang glaze bago ihain.

GANACHE

83. Pumpkin ganache

MGA INGREDIENTS:
- 150 g puting tsokolate[5¼ onsa]
- 25 g mantikilya[2 kutsara]
- 50 g glucose[2 kutsara]
- 55 g malamig na heavy cream[¼ tasa]
- 75 g Libby's pumpkin puree[⅓cup]
- 4 g kosher na asin[1 kutsarita]
- 1 g ground cinnamon[½ kutsarita]

MGA TAGUBILIN:

a) Pagsamahin ang puting tsokolate at mantikilya sa isang microwave-safe na dish at dahan-dahang tunawin ang mga ito sa microwave sa loob ng 15 segundong pagsabog , hinahalo sa pagitan ng mga putok.

b) Ilipat ang pinaghalong tsokolate sa isang lalagyan. Painitin ang glucose sa microwave sa loob ng 15 segundo , pagkatapos ay idagdag kaagad sa pinaghalong tsokolate at i-buzz gamit ang hand blender.

c) Pagkatapos ng isang minuto , i-stream sa heavy cream, habang tumatakbo ang hand blender.

d) Haluin ang pumpkin puree , asin, at cinnamon. Ilagay ang ganache sa refrigerator upang matigas bago gamitin, hindi bababa sa 4 na oras, o, pinakamainam, magdamag .

84. Beet-lime ganache

MGA INGREDIENTS:
- 2 medium beets , binalatan at gupitin (gumamit ng guwantes;)
- 1 kalamansi
- gatas kung kinakailangan
- 120 g puting tsokolate[4¼ onsa]
- 25 g mantikilya[2 kutsara]
- 100 g glucose[¼ tasa]
- 55 g malamig na heavy cream[¼ tasa]
- 3 g kosher salt[¾kutsarita]

MGA TAGUBILIN:
a) Painitin ang oven sa 325°F.
b) I-wrap ang mga beet chunks sa isang malaking sheet ng aluminum foil at ilagay sa isang sheet pan para sa madaling paghawak. Inihaw ng 1 hanggang 2 oras, o hanggang ang mga beet ay nasa malambot na bahagi ng malambot; bigyan sila ng karagdagang 30 minutong agwat sa oven kung hindi sila.
c) Samantala , lagyan ng rehas ang sarap mula sa kalamansi; reserba. Pigain ang 8 g(2 kutsarita) katas mula sa kalamansi at ireserba.
d) Ilipat ang mga beets sa isang blender at i-pure ang mga ito .(Kung ang iyong blender ay nagbibigay sa iyo ng problema, magdagdag ng hanggang 1 kutsarang gatas upang matulungan itong mapabilis.) Ipasa ang katas sa pamamagitan ng isang fine-mesh strainer—dapat itong may texture ng Libby's pumpkin katas (o pagkain ng sanggol). Sukatin ang 120 g(⅓cup)beet puree. Hayaang lumamig.
e) Pagsamahin ang puting tsokolate at mantikilya sa isang microwave-safe na dish at dahan-dahang tunawin ang mga ito sa microwave sa loob ng 15 segundong pagsabog , paghahalo sa pagitan ng mga putok . Ang resulta ay dapat na halos hindi mainit sa pagpindot at ganap na homogenous.
f) Ilipat ang pinaghalong tsokolate sa isang lalagyan na kayang tumanggap ng immersion blender—isang bagay na matangkad at makitid, tulad ng isang 1-quart plastic deli container. Painitin ang glucose sa microwave sa loob ng 15 segundo, pagkatapos ay idagdag kaagad sa chocolate mixture at buzz gamit ang kamay

blender.Pagkalipas ng isang minuto, i-stream sa heavy cream, habang tumatakbo ang hand blender—magsasama-sama ang timpla sa isang malasutla, makintab, at makinis.

g) Haluin ang beet puree , kalamansi sarap, at asin.Ilagay ang ganache sa refrigerator sa loob ng 30 minuto upang matigas.

h) Gumamit ng spatula para tiklop ang katas ng kalamansi sa ganache (huwag gawin ito hanggang sa maitakda ang ganache, o masisira mo ang ganache). Ilagay muli ang ganache sa refrigerator nang hindi bababa sa 3 oras, o, pinakamainam, magdamag. sa isang lalagyan ng airtight, ito ay mananatili sa refrigerator sa loob ng 1 linggo. Ihain nang malamig.

85.Chocolate hazelnut ganache

MGA INGREDIENTS:
- 55 g mabigat na cream[¼ tasa]
- 60 g gianduja tsokolate, natunaw [2 onsa]
- 65 g hazelnut paste[¼ tasa]
- ¼naghahain ng Fudge Sauce[38 g(3 kutsara)]
- 1 g kosher na asin[¼ kutsarita]

MGA TAGUBILIN:
a) Pakuluan ang mabibigat na cream sa isang maliit na makapal na ilalim na kasirola sa katamtamang init.
b) Samantala , pagsamahin ang tinunaw na gianduja, hazelnut i-paste, fudge sarsa, at asin sa isang katamtamang mangkok.
c) Ibuhos ang cream sa mangkok at hayaang hindi maistorbo sa loob ng 1 minuto. Sa pamamagitan ng hand blender o whisk , dahan-dahang paghaluin ang mga nilalaman ng mangkok hanggang ang timpla ay makintab at malasutla-makinis.
d) Aabutin ito ng 2 hanggang 4 na minuto , depende sa iyong bilis at lakas. Gamitin kaagad, o mag-imbak sa isang lalagyan ng airtight sa refrigerator nang hanggang 2 linggo; huwag i-freeze.

86. Graham ganache

MGA INGREDIENTS:
- ½ paghahatid ng Graham Crust
- 85 g ng gatas[⅓cup]
- 2 g kosher na asin[½ kutsarita]

MGA TAGUBILIN:

a) Pagsamahin ang graham crust , gatas, at asin sa isang blender at katas sa katamtamang bilis hanggang sa makinis at homogenous— ito ay aabutin ng 1 hanggang 3 minuto (depende sa awesomeness ng iyong blender).

b) Kung ang timpla ay hindi sumabit sa iyong blade ng blender , patayin ito , kumuha ng isang maliit na kutsarita, at kaskasin ang mga gilid ng canister, na naaalalang kiskisan sa ilalim ng talim, pagkatapos ay subukang muli.

c) Gamitin kaagad ang ganache , o iimbak sa isang lalagyan ng airtight sa refrigerator nang hanggang 5 araw.

87. Dark Chocolate Ganache

MGA INGREDIENTS:
- 8 onsa(225g)maitim na tsokolate,pinong tinadtad
- 1 tasa(240ml)mabigat na cream

MGA TAGUBILIN:
a) Ilagay ang tinadtad na dark chocolate sa isang heatproof na mangkok.
b) Sa isang maliit na kasirola , initin ang makapal na cream sa katamtamang apoy hanggang sa magsimula itong kumulo.
c) Ibuhos ang mainit na cream sa ibabaw ng tsokolate at hayaan itong umupo ng isang minuto.
d) Haluin ang halo hanggang sa ganap na matunaw at makinis ang tsokolate.
e) Hayaang lumamig nang bahagya ang ganache bago ito gamitin.

88. Milk Chocolate Ganache

MGA INGREDIENTS:
- 8 ounces(225g)milk chocolate,pinong tinadtad
- 1 tasa(240ml)mabigat na cream

MGA TAGUBILIN:
a) Ilagay ang pinong tinadtad na tsokolate ng gatas sa isang mangkok na hindi tinatablan ng init at itabi.
b) Sa isang maliit na kasirola, init ang mabigat na cream sa katamtamang apoy hanggang sa magsimula itong kumulo. Huwag hayaang kumulo ito.
c) Alisin ang kasirola mula sa apoy at ibuhos ang mainit na cream sa tinadtad na tsokolate ng gatas.
d) Hayaang umupo ang pinaghalong hindi nakakagambala sa loob ng 1-2 minuto upang lumambot ang tsokolate.
e) Gamit ang isang whisk o isang spatula, dahan-dahang pukawin ang pinaghalong hanggang sa ganap na matunaw ang tsokolate at ang ganache ay makinis at mag-atas.
f) Hayaang lumamig ang ganache sa temperatura ng silid nang mga 30 minuto, pagkatapos ay takpan ito ng plastic wrap at palamigin nang hindi bababa sa 2 oras o hanggang sa maging matatag.
g) Kapag ang ganache ay lumamig at naayos na, maaari mo itong gamitin bilang pagpuno ng mga cake, cupcake, o cookies. Maaari rin itong gamitin bilang pang-top o drizzle para sa mga dessert tulad ng brownies, ice cream, o puding.

89. White Chocolate Ganache

MGA INGREDIENTS:
- 8 onsa (225g) puting tsokolate, pinong tinadtad
- ½ tasa(120ml)mabigat na cream

MGA TAGUBILIN:
a) Ilagay ang tinadtad na puting tsokolate sa isang mangkok na hindi tinatablan ng init.
b) Sa isang maliit na kasirola , initin ang makapal na cream sa katamtamang apoy hanggang sa magsimula itong kumulo.
c) Ibuhos ang mainit na cream sa puting tsokolate at hayaan itong umupo ng isang minuto.
d) Haluin ang halo hanggang sa ganap na matunaw at makinis ang tsokolate.
e) Hayaang lumamig nang bahagya ang ganache bago ito gamitin.

90. Dark Chocolate Orange Ganache

MGA INGREDIENTS:
- 8 onsa(225g)maitim na tsokolate,pinong tinadtad
- 1 tasa(240ml)mabigat na cream
- Sarap ng 1 orange

MGA TAGUBILIN:
a) Ilagay ang pinong tinadtad na dark chocolate sa isang heatproof na mangkok at itabi.
b) Sa isang maliit na kasirola, init ang mabigat na cream sa katamtamang apoy hanggang sa magsimula itong kumulo. Huwag hayaang kumulo ito.
c) Kapag kumulo na ang cream, alisin ito sa apoy at ibuhos sa tinadtad na tsokolate.
d) Hayaang umupo ang pinaghalong hindi nakakagambala sa loob ng 1-2 minuto upang lumambot ang tsokolate.
e) Gamit ang whisk o spatula, dahan-dahang haluin ang pinaghalong hanggang sa ganap na matunaw ang tsokolate at maging makinis at makintab ang ganache.
f) Idagdag ang zest ng 1 orange sa ganache at haluin hanggang sa mahusay na pinagsama.
g) Hayaang lumamig ang ganache sa temperatura ng silid nang mga 30 minuto, pagkatapos ay takpan ito ng plastic wrap at palamigin nang hindi bababa sa 2 oras o hanggang sa maging matatag.
h) Kapag ang ganache ay lumamig at naayos na, maaari mo itong gamitin bilang isang palaman para sa mga cake, tart, o iba pang mga dessert. Maaari mo ring hubugin ito ng mga truffle o gamitin ito bilang glaze o topping.

91. Espresso Dark Chocolate Ganache

MGA INGREDIENTS:
- 8 onsa(225g)maitim na tsokolate,pinong tinadtad
- 1 tasa(240ml)mabigat na cream
- 2 kutsarang instant espresso powder

MGA TAGUBILIN:
a) Ilagay ang pinong tinadtad na dark chocolate sa isang heatproof na mangkok at itabi.
b) Sa isang maliit na kasirola, init ang mabigat na cream sa katamtamang apoy hanggang sa magsimula itong kumulo. Huwag hayaang kumulo ito.
c) Alisin ang kasirola mula sa apoy at idagdag ang instant espresso powder sa cream. Haluing mabuti hanggang sa tuluyang matunaw ang espresso powder .
d) Ibuhos ang mainit na cream mixture sa tinadtad na tsokolate.
e) Hayaang umupo ang pinaghalong hindi nakakagambala sa loob ng 1-2 minuto upang lumambot ang tsokolate.
f) Gamit ang whisk o spatula, dahan-dahang haluin ang pinaghalong hanggang sa ganap na matunaw ang tsokolate at maging makinis at makintab ang ganache.
g) Hayaang lumamig ang ganache sa temperatura ng silid nang mga 30 minuto, pagkatapos ay takpan ito ng plastic wrap at palamigin nang hindi bababa sa 2 oras o hanggang sa maging matatag.
h) Kapag ang ganache ay lumamig at naitakda, maaari mo itong gamitin bilang pagpuno ng mga cake, cupcake, o pastry. Maaari rin itong gamitin bilang isang glaze o isang dekadenteng topping para sa mga dessert.

92. Salted Caramel Ganache

MGA INGREDIENTS:
- 8 onsa(225g)maitim na tsokolate,pinong tinadtad
- 1 tasa(240ml)mabigat na cream
- ½ tasa(120ml)salted caramel sauce

MGA TAGUBILIN:
a) Ilagay ang pinong tinadtad na dark chocolate sa isang heatproof na mangkok at itabi.
b) Sa isang maliit na kasirola, init ang mabigat na cream sa katamtamang apoy hanggang sa magsimula itong kumulo. Huwag hayaang kumulo ito.
c) Alisin ang kasirola mula sa apoy at ibuhos ang mainit na cream sa tinadtad na tsokolate.
d) Hayaang umupo ang pinaghalong hindi nakakagambala sa loob ng 1-2 minuto upang lumambot ang tsokolate.
e) Gamit ang whisk o spatula, dahan-dahang haluin ang pinaghalong hanggang sa ganap na matunaw ang tsokolate at maging makinis at makintab ang ganache.
f) Idagdag ang salted caramel sauce sa ganache at haluin hanggang sa maayos.
g) Hayaang lumamig ang ganache sa temperatura ng silid nang mga 30 minuto, pagkatapos ay takpan ito ng plastic wrap at palamigin nang hindi bababa sa 2 oras o hanggang sa maging matatag.
h) Kapag ang ganache ay lumamig at naitakda, maaari mo itong gamitin bilang pagpuno ng mga cake, cupcake, o pastry. Maaari rin itong gamitin bilang isang topping o drizzle para sa mga dessert tulad ng ice cream, brownies, o cookies.

93. Raspberry White Chocolate Ganache

MGA INGREDIENTS:
- 8 onsa (225g) puting tsokolate, pinong tinadtad
- ½ tasa(120ml)mabigat na cream
- ¼ tasa(60ml)raspberry puree

MGA TAGUBILIN:
a) Ilagay ang pinong tinadtad na puting tsokolate sa isang mangkok na hindi tinatablan ng init at itabi.
b) Sa isang maliit na kasirola, init ang mabigat na cream sa katamtamang apoy hanggang sa magsimula itong kumulo. Huwag hayaang kumulo ito.
c) Alisin ang kasirola mula sa apoy at ibuhos ang mainit na cream sa tinadtad na puting tsokolate.
d) Hayaang umupo ang pinaghalong hindi nakakagambala sa loob ng 1-2 minuto upang lumambot ang tsokolate.
e) Gamit ang whisk o spatula, dahan-dahang haluin ang pinaghalong hanggang ang puting tsokolate ay ganap na matunaw at ang ganache ay makinis at mag-atas.
f) Idagdag ang raspberry puree sa ganache at haluin hanggang sa mahusay na pinagsama. Maaari mong gawin ang raspberry puree sa pamamagitan ng paghahalo ng sariwa o frozen na raspberry sa isang blender o food processor hanggang makinis, pagkatapos ay pilitin ang anumang buto.
g) Hayaang lumamig ang ganache sa temperatura ng silid nang mga 30 minuto, pagkatapos ay takpan ito ng plastic wrap at palamigin nang hindi bababa sa 2 oras o hanggang sa maging matatag.
h) Kapag ang ganache ay lumamig at naayos na, maaari mo itong gamitin bilang isang palaman para sa mga cake, cupcake, o macarons. Maaari rin itong gamitin bilang isang topping o drizzle para sa mga dessert tulad ng cheesecake, tarts, o mousse.

94. Mint Chocolate Ganache

MGA INGREDIENTS:
- 8 onsa(225g)maitim na tsokolate,pinong tinadtad
- 1 tasa(240ml)mabigat na cream
- ½ kutsarita ng peppermint extract

MGA TAGUBILIN:
a) Ilagay ang pinong tinadtad na dark chocolate sa isang heatproof na mangkok at itabi.
b) Sa isang maliit na kasirola, init ang mabigat na cream sa katamtamang apoy hanggang sa magsimula itong kumulo. Huwag hayaang kumulo ito.
c) Alisin ang kasirola mula sa apoy at ibuhos ang mainit na cream sa tinadtad na dark chocolate.
d) Hayaang umupo ang pinaghalong hindi nakakagambala sa loob ng 1-2 minuto upang lumambot ang tsokolate.
e) Gamit ang whisk o spatula, dahan-dahang haluin ang pinaghalong hanggang sa ganap na matunaw ang tsokolate at maging makinis at makintab ang ganache.
f) Idagdag ang peppermint extract sa ganache at haluin hanggang sa maayos. Ayusin ang dami ng katas sa iyong nais na antas ng lasa ng mint.
g) Hayaang lumamig ang ganache sa temperatura ng silid nang mga 30 minuto, pagkatapos ay takpan ito ng plastic wrap at palamigin nang hindi bababa sa 2 oras o hanggang sa maging matatag.
h) Kapag ang ganache ay lumamig at naitakda na, maaari mo itong gamitin bilang pagpuno ng mga cake, cupcake, o truffle. Maaari rin itong gamitin bilang pang-top o drizzle para sa mga dessert tulad ng brownies, ice cream, o cookies.

95. Peanut Butter Chocolate Ganache

MGA INGREDIENTS:
- 8 onsa(225g)maitim na tsokolate,pinong tinadtad
- 1 tasa(240ml)mabigat na cream
- ½ tasa(120ml)makinis na peanut butter

MGA TAGUBILIN:

a) Ilagay ang pinong tinadtad na dark chocolate sa isang heatproof na mangkok at itabi.

b) Sa isang maliit na kasirola, init ang mabigat na cream sa katamtamang apoy hanggang sa magsimula itong kumulo. Huwag hayaang kumulo ito.

c) Alisin ang kasirola mula sa apoy at ibuhos ang mainit na cream sa tinadtad na dark chocolate.

d) Hayaang umupo ang pinaghalong hindi nakakagambala sa loob ng 1-2 minuto upang lumambot ang tsokolate.

e) Gamit ang whisk o spatula, dahan-dahang haluin ang pinaghalong hanggang sa ganap na matunaw ang tsokolate at maging makinis at makintab ang ganache.

f) Idagdag ang makinis na peanut butter sa ganache at haluin hanggang sa maayos. Siguraduhin na ang peanut butter ay nasa temperatura ng silid para sa mas madaling paghahalo.

g) Hayaang lumamig ang ganache sa temperatura ng silid nang mga 30 minuto, pagkatapos ay takpan ito ng plastic wrap at palamigin nang hindi bababa sa 2 oras o hanggang sa maging matatag.

h) Kapag ang ganache ay lumamig at naayos na, maaari mo itong gamitin bilang pagpuno ng mga cake, cupcake, o cookies. Maaari rin itong gamitin bilang isang topping o drizzle para sa mga dessert tulad ng brownies, ice cream, o cheesecake.

96. Coconut White Chocolate Ganache

MGA INGREDIENTS:
- 8 onsa (225g) puting tsokolate, pinong tinadtad
- ½ tasa (120ml) mabigat na cream
- ½ tasa (50g) ginutay-gutay na niyog

MGA TAGUBILIN:
a) Ilagay ang pinong tinadtad na puting tsokolate sa isang mangkok na hindi tinatablan ng init at itabi.
b) Sa isang maliit na kasirola, init ang mabigat na cream sa katamtamang apoy hanggang sa magsimula itong kumulo. Huwag hayaang kumulo ito.
c) Alisin ang kasirola mula sa apoy at ibuhos ang mainit na cream sa tinadtad na puting tsokolate.
d) Hayaang umupo ang pinaghalong hindi nakakagambala sa loob ng 1-2 minuto upang lumambot ang tsokolate.
e) Gamit ang whisk o spatula, dahan-dahang haluin ang pinaghalong hanggang ang puting tsokolate ay ganap na matunaw at ang ganache ay makinis at mag-atas.
f) Ilagay ang ginutay-gutay na niyog sa ganache at haluin hanggang sa maayos na pagsamahin. Tiyakin na ang niyog ay pantay na ipinamahagi sa buong ganache.
g) Hayaang lumamig ang ganache sa temperatura ng silid nang mga 30 minuto, pagkatapos ay takpan ito ng plastic wrap at palamigin nang hindi bababa sa 2 oras o hanggang sa maging matatag.
h) Kapag ang ganache ay lumamig at naayos na, maaari mo itong gamitin bilang pagpuno ng mga cake, cupcake, o bar. Maaari rin itong gamitin bilang isang topping o drizzle para sa mga dessert tulad ng tarts, pie, o cookies.

97. Hazelnut Dark Chocolate Ganache

MGA INGREDIENTS:
- 8 onsa(225g)maitim na tsokolate,pinong tinadtad
- 1 tasa(240ml)mabigat na cream
- ½ tasa (75g) tinadtad na toasted hazelnuts

MGA TAGUBILIN:
a) Ilagay ang pinong tinadtad na dark chocolate sa isang heatproof na mangkok at itabi.
b) Sa isang maliit na kasirola, init ang mabigat na cream sa katamtamang apoy hanggang sa magsimula itong kumulo. Huwag hayaang kumulo ito.
c) Alisin ang kasirola mula sa apoy at ibuhos ang mainit na cream sa tinadtad na dark chocolate.
d) Hayaang umupo ang pinaghalong hindi nakakagambala sa loob ng 1-2 minuto upang lumambot ang tsokolate.
e) Gamit ang whisk o spatula, dahan-dahang haluin ang pinaghalong hanggang sa ganap na matunaw ang tsokolate at maging makinis at makintab ang ganache.
f) Idagdag ang tinadtad na toasted hazelnuts sa ganache at haluin hanggang sa mahusay na pinagsama. Siguraduhin na ang mga hazelnut ay pinalamig bago idagdag ang mga ito.
g) Hayaang lumamig ang ganache sa temperatura ng silid nang mga 30 minuto, pagkatapos ay takpan ito ng plastic wrap at palamigin nang hindi bababa sa 2 oras o hanggang sa maging matatag.
h) Kapag ang ganache ay lumamig at naitakda, maaari mo itong gamitin bilang pagpuno ng mga cake, cupcake, o pastry. Maaari din itong gamitin bilang pang-top o drizzle para sa mga dessert tulad ng brownies, ice cream, o crepe.

98. Almond Milk Chocolate Ganache

MGA INGREDIENTS:
- 8 ounces(225g)milk chocolate,pinong tinadtad
- 1 tasa(240ml)almond milk

MGA TAGUBILIN:
a) Ilagay ang tinadtad na tsokolate ng gatas sa isang mangkok na hindi tinatablan ng init.
b) Sa isang maliit na kasirola, initin ang almond milk sa katamtamang apoy hanggang sa magsimula itong kumulo.
c) Ibuhos ang mainit na almond milk sa tsokolate at hayaan itong umupo ng isang minuto.
d) Haluin ang halo hanggang sa ganap na matunaw at makinis ang tsokolate.
e) Hayaang lumamig ng bahagya ang ganache bago ito gamitin.

99. Coconut Milk Dark Chocolate Ganache

MGA INGREDIENTS:
- 8 onsa(225g)maitim na tsokolate,pinong tinadtad
- 1 tasa (240ml) gata ng niyog

MGA TAGUBILIN:
a) Ilagay ang tinadtad na dark chocolate sa isang heatproof na mangkok.
b) Sa isang maliit na kasirola , initin ang gata ng niyog sa katamtamang apoy hanggang sa magsimula itong kumulo.
c) Ibuhos ang mainit na gata ng niyog sa tsokolate at hayaan itong umupo ng isang minuto.
d) Haluin ang halo hanggang sa ganap na matunaw at makinis ang tsokolate.
e) Hayaang lumamig ng bahagya ang ganache bago ito gamitin.

100. Caramelized White Chocolate Ganache

MGA INGREDIENTS:
- 8 onsa(225g) puting tsokolate
- Kurot ng asin sa dagat

MGA TAGUBILIN:
a) Painitin muna ang iyong oven sa 250° F(120°C).
b) Ilagay ang puting tsokolate sa isang baking sheet na nilagyan ng parchment paper.
c) Budburan ng isang kurot ng sea salt ang tsokolate.
d) Maghurno ng tsokolate nang humigit-kumulang 1 oras , haluin bawat 10 minuto hanggang sa ito ay maging ginintuang kayumanggi at caramelized.
e) Alisin ang tsokolate mula sa oven at hayaan itong ganap na lumamig.
f) Pinong tumaga ang caramelized white chocolate.
g) Sa isang mangkok na hindi tinatablan ng init , ibuhos ang 1 tasa(240ml) ng kumukulong mabigat na cream sa ibabaw ng caramelized na puting tsokolate.
h) Haluin hanggang ang tsokolate ay ganap na matunaw at makinis.
i) Hayaang lumamig ng bahagya ang ganache bago ito gamitin.

KONGKLUSYON

Pagdating namin sa dulo ng "PINAKAMAHUSAY NA AKLAT NG PAGLULUTO NG MANTIKILYA KREMA," umaasa kaming nasiyahan ka sa paggalugad sa masarap na mundo ng buttercream at pagtuklas ng mga bagong paraan para iangat ang iyong baking game. Baguhan ka man ng buttercream o bihasang propesyonal, naniniwala kaming palaging may bagong matututunan at i-explore sa mundo ng frosting at icing.

Hinihikayat ka naming mag-eksperimento sa iba't ibang lasa, kulay, at pandekorasyon na pamamaraan upang maging sa iyo ang mga recipe na ito. Pagkatapos ng lahat, ang kagandahan ng buttercream ay nakasalalay sa kanyang versatility at kakayahang umangkop sa anumang dessert o okasyon. Kaya huwag matakot na maging malikhain at hayaang tumakbo ang iyong imahinasyon.

Salamat sa pagsama sa amin sa matamis na paglalakbay na ito sa mundo ng buttercream. Nawa'y mapuno ang iyong mga araw ng mga dekadenteng dessert, creamy frosting, at maraming matamis na indulhensiya. Maligayang pagluluto sa hurno!

www.ingramcontent.com/pod-product-compliance
Lightning Source LLC
Chambersburg PA
CBHW071910110526
44591CB00011B/1629